வழுவமைதி

முனைவர் அரங்கன். மணிமாறன்

அறம்
பதிப்பகம்

வழுவமைதி (சிறுகதைகள்)

முனைவர் அரங்கன். மணிமாறன்

முதல் பதிப்பு - மார்ச் 2022

வெளியீட்டு எண்: 44
வெளியீடு: அறம் பதிப்பகம்,
3/582, முல்லைத் தெரு, கஸ்தூரிபாய் நகர்,
TNHB எதிரில், முள்ளிப்பட்டு கிராமம் - அஞ்சல்,
ஆரணி வட்டம்,
திருவண்ணாமலை மாவட்டம் - 632316
தொடர்புக்கு: 9150724997
மின்னஞ்சல்: arampublication50@gmail.com

நூல் வடிவமைப்பு: ஜீ. முருகன்

அச்சிட்டோர்: துர்கா பிரிண்டர்ஸ், சென்னை-14

பக்கங்கள்: 104, விலை: ரூ. 120

ISBN: 978-93-91480-38-7

Vazhuvamaithi (Shortstories)

Author: Dr. R. Manimaran

First Edition: March, 2022

Published by: Aram Publication
Address: No. 3/582, Mullai street,
Kasthuribai nagar, Mullipattu village & post
Arani Taluk - 632 316
Tiruvannamalai Dt, Tamil nadu

Contact Cell No: 9150724997
e-mail: arampublication50@gmail.com

Pages: 104

நூலாசிரியரைப் பற்றி...

முனைவர் அரங்கன். மணிமாறன் திருவண்ணாமலை மாவட்டம் செங்கம் வட்டம் மேல்நாச்சிப்பட்டு கிராமத்தில் அரங்கநாதன் பொம்மி இணையரின் இளைய மகனாகப் பிறந்தவர். ஆரம்ப கல்வியை மேல்நாச்சிப்பட்டிலும் உயர்நிலை வகுப்புகளை கண்ணக்குருக்கை பள்ளியிலும் மேனிலை வகுப்பை காஞ்சி யிலும் இளங்கலைத்தமிழை திருவண்ணாமலை அரசுக் கல் லூரியிலும் பயின்றவர். முதுகலைத்தமிழை பார்போற்றும் பச்சையப்பன் கல்லூரியில் பயின்றவர். இளநிலை ஆராய்ச்சிப் படிப்பை சென்னை புதுக்கல்லூரியில் முனைவர் மு.முகமது அலி அவர்களின் வழிகாட்டுதலின் கீழ் பயின்றவர். இளங்கலை கல்வியியல் படிப்பை செங்கம் வளையாம்பட்டு ஸ்ரீமீனாட்சி கல்வியியல் கல்லூரியில் பயின்றவர்.

சேலம் பெரியார் பல்கலைக்கழகத்தின் கீழ் இயங்கும் கிருட் டிணகிரி அரசு மகளிர்க் கல்லூரி தமிழ்த்துறை பேராசிரியர் முனைவர் கா.சிவகாமி அவர்களின் நெறியாளுகையின் கீழ் எதார்த்த எழுத்தாளர் "கு. அழகிரிசாமியின் சிறுகதைப் படைப் பாளுமை" எனும் தலைப்பில் ஆய்வு செய்து முனைவர் பட்டமும் பெற்றுள்ளார். கல்லூரிப் பேராசிரியர்க்கான மாநில தகுதித்தேர்வான ஸ்லெட் தேர்விலும் தேர்ச்சிப் பெற்றுள்ளார்.

2006முதல் 2008 வரை செங்கம் வளையாம்பட்டு அருண் கிருஷ்ணா கலை அறிவியல் கல்லூரியிலும் 2012 வரை ஊற்றங்கரை ஸ்ரீவித்யா மந்திர் கலை அறிவியல் கல்லூரியிலும் தமிழ்த்துறை உதவிப் பேராசிரியராகப் பணியாற்றியுள்ளார்.

செங்கம் அரசு ஆண்கள் மேனிலைப்பள்ளியில் முதுகலைத் தமிழாசிரியராக பணியாற்றி தொடர்ந்து விவேகசிந்தாமணி, ஆத்திச்சூடி, நாச்சியார் திருமொழி போன்ற நூல்களுக்கு உரை விளக்கம் எழுதிவருகிறார்.

திருவண்ணாமலை கல்லூரியில் பயின்ற காலத்திலிருந்தே சிறு கதை, புதுக்கவிதை போன்ற படைப்பிலக்கியப் பணிகளைச் செய்து வருகிறார்.

மண் சார்ந்தும் இலக்கியம் சார்ந்தும் சிந்தித்து எழுதும் கலையை தன் உயிர்மூச்சாகக் கொண்டுள்ளார்.

2010 இல் "நிறம் மாறாதப் பூக்கள்" மனித நேயச் சிறுகதைகள் எனும் தொகுப்பை வெளியிட்டவர்.

2017 இல் "அறுவடை" எனும் சிறுகதை நூலை வெளியிட்டு பரவலான பாராட்டைப் பெற்றுள்ளார்.

2019 மே மாதம் "தமிழ்க்கடலில் சில முத்துக்கள்" எனும் கட்டுரை நூலை வெளியிட்டவர், அதே ஆண்டில் "ஆண்சூலி" புதுக்கவிதை நூலை வெளியிட்டு படைப்புலகில் சளைக்காமல் தொடர்ந்து செயல்பட்டு வருகிறார்.

இவர் 'ஆசிரிய சுடரொளி' விருதினையும் தமிழக தமிழறிஞர் பேரவையின் 'தமிழ்த்தென்றல் திரு வி.க. விருதினையும்' கோவை வசந்த வாசல் கவிமன்றத்தின் 'அருந்தமிழரசு' பட்டத்தினையும் பெற்றுள்ளார். தமிழ்நாடு ஆசிரிய சங்கத்தின் 'சிறந்த ஆசிரியருக்கான வழிகாட்டி விருதினை' பெற்றுள்ளார்.

புதுவை தமிழ்ச்சங்க விருது, சென்னை தமிழ்ப் படைப்பாளர் சங்க முதற்பரிசும் பெற்றுள்ளார்.

இவரது துணைவியார் திருமதி சு. அபிராமி தமிழ் இலக்கியம் பயின்றவர். யுவசங்கரி, கவின்நிலா, வேள்அமுதன் இவரது மழலைகளாவர்.

அணிந்துரை

முதுகலைத் தமிழாசிரியராகப் பணிபுரியும் நண்பர் அரங்கன். மணிமாறன் தொடர்ந்து பதினைந்து ஆண்டுகளாக எழுத்துலகில் இயங்கி வருகிறார். 'நிறம் மாறாத பூக்கள்' 'அறுவடை' என இரு சிறுகதை நூல்களைப் படைத்தளித்துள்ளார். 'தமிழ்க்கடலில் சில முத்துக்கள்' எனும் கட்டுரைத் தொகுப்பும் 'ஆண்சூலி' எனும் கவிதை நூலும் பிற துறைகளில் அவர்தம் பங்களிப்புகள்.

திருவண்ணாமலை மாவட்டத்தின் செங்கம் பகுதியைச் சார்ந்த எளிய விவசாயத் தொல்குடி மக்களின் வாழ்க்கையையும் தற் போதைய நகர வாழ்க்கையையும் தனது சிறுகதைகள் மூலம் இலக்கியமாக்க முயல்கிறார்.

இந்தச் சிறுகதைத் தொகுப்பின் தலைப்பே நூதனமானது. வழுவமைதி என்ற சொற்றொடரின் பொருள் தமிழாசிரியர் களுக்கும் தமிழ்கற்ற மாணாக்கருக்கும் எளிதில் விளங்கும். தமிழாசிரியர்கள் எடுத்துக்காட்டுக்கள் மூலம் விளக்கம் தருவார் கள். வழு+அமைதி=வழுவமைதி என நாம் புரிந்து கொள்ளலாம். வழு என்றால் குற்றம் என்பதறிவோம். எனில் சில இலக்கணப் பிழைகளை சூழ்நிலை ஓர்ந்து அனுமதிக்கலாம் என்பதாகும்.

பன்னரு சிறப்பின் பவணந்தி முனிவர் இயற்றிய நன்னூல் எனும் இலக்கண நூலின் புறனடையாக வரும் நூற்பா-

"பழையன கழிதலும் புதியன புகுதலும்
வழுவல கால வகையினானே"

என்று உரைக்கும். இங்கு வழு எனும் சொல்லுக்குக் குற்றம் என்றே பொருள் சொல்லுகிறது காண்டிகை உரை. வழுவமைதி எனும் சொல்லுக்கு sanctioned deviation from grammatical rules என்று பொருள் தருகிறது பேராகராதி. அதாவது இலக்கணக் குற்றமே ஆனாலும் அமைக எனக் கொள்ளுதல் வழுவமைதி

எனப்படும். இந்த சிறுகதைத் தொகுப்பின் தலைப்புக் குறித்தே தனிக் கட்டுரை எழுதலாம். மொழிக்குள் பால் இடம் காலம் மரபு குறித்து வழுவமைதிகள் அனுமதிக்கப்படுகின்றன.

பதினேழு சிறுகதைகள் அடங்கிய தொகுப்பு இது. முதுமையடைந்து மனைவியும் இறந்துபட்டுத் தனிமையில் உழலும் மாமனாருக்கு மறுமணம் செய்து வைக்க மருமகள் முனைவதைப் பேசும் கதை தலைப்புச் சிறுகதை வழுவமைதி! இல்லறத் தோழமையின் தேவையைப் புரிந்து கொள்ள வைக்கும் முயற்சி. சமூக மரபுப்படி அது வழு எனக்கொள்ளப்பட்டாலும் மருமகள் முயற்சியில் அமைதி உண்டு.தொகுப்பில் உள்ள 'ஸ்வரபேதம்' எனும் கதையும் இல்லறத் தோழமை இழந்த வெறுமையைப் பேசும் கதை.

'விருமாண்டி என்னும் கன்னுக்குட்டி' எனும் கதையில் சேங்கன்று என்ற சொல்லொன்று கண்டேன். காளைக்கன்று என்றுபொருள். பசுவின் பெண் கன்றினை கிடேரிக் கன்று என்பார்கள்.சேங்கன்று எனும் சொல் எனக்குப் புதிய தரிசனம். இளைய நண்பர்கள் உற்சாகமாக எழுத வரும்போது பிரதேசம் பற்றியப் புழங்கிக்கொண்டிருக்கும் சொற்கள் இலக்கிய வாசகனுக்கு அறிமுகம் ஆகிறது. தமிழின் சிறப்பையும் உணரத் தருவது.

சேங்கன்று என்பதன் பொருள் காளையங்கன்று என்பதுடன் கடந்து போவது நமக்குக் கூடுவதில்லை. தேடப் புறப்பட்டால் சே என்பது ஓரெழுத்துச் சொல் எனக்கூறி சில பொருள்களும் உரைக்கின்றன அகராதிகள். அவற்றுள் ஒன்று எருது இடபம் காளை.

"சே வேறு சேவடிக்கே சென்றூதாய்க் கோததும்பீ" என்கிறார் மாணிக்கவாசகர் திருவாசகத்தின் திருகோத்தும்பி பகுதியில். சே வேறு சேவடி என்றால் விடை ஏறும் சிவந்த திருவடிகள் என்று பொருள். கம்பன் ஆரண்ய காண்டத்தில் சூர்ப்பனகைப் படலத்தில்

> "பூவிலோன் புதல்வன் மைந்தன் புதல்வி முப்புரங்கள் செற்ற
> சே வேலோன் துணைவன் ஆன செங்கையோன் தங்கை"

என சூர்ப்பனகை தன்னை அறிமுகம் செய்து கொள்கிறாள்.

தாமரையை இருப்பிடமாகக் கொண்ட நான்முகனின் புதல்வன் புலத்தியன் மகன் விச்சிரவசுவின் மகள் ஆவேன் திரிபுரம் எரித்த விடை ஊர்பவனான சிவனின் நண்பன் இராவணனின் தங்கையாவேன்' என்று பொருள்.

அரங்கன்.மணிமாறனின் சிறுகதை ஒன்றின் மூலம் தமிழ்வாசகன் தொல்தமிழ்ச் சொல் ஒன்றிற்கு மறு அறிமுகம் ஆகிறான். சிறுகதையோ நாவலோ நமக்கு அறியத் தரும் பலவற்றுள் மொழியின் சிறப்பும் ஒன்று.

சிறுகதைகளுக்கான நுட்பமான சம்பவங்கள் செய்திகள், உணர் வுகள், பார்வைகள் இந்தக் கதைகளில் உண்டு. அவை விதைநெல் போன்றவை. அவற்றை மேலும் தீவிரத்துடன் கலைக்கூறுகளுடன் மொழி ஆளுமையுடன் சொல் நேர்த்தியுடன் விதைத்துப் பயிர் செய்து வாசகனின் அறுவடைக்கு ஆட்படுத்த அரங்கன். மணிமாறன் முனைய வேண்டும் என்று வாழ்த்துகிறேன்!

அரங்கன். மணிமாறன் எழுத்துக்களை எனக்கு அறிமுகம் செய்து வைத்த நவீன படைப்பாளி நீண்டகால நண்பர் ஜீ. முருகனுக்கு எனது நன்றி!

நட்புடன்

நாஞ்சில் நாடன்

கோயம்புத்தூர் -641 042

13 செப்டம்பர் 2021.

வாழ்த்துரை

மணிமாறன் என்ற நல்ல பெயருடைய நண்பர் பன்முகச் சிறப்பு பெற்றவர்.புனிதமான ஆசிரியப் பணி புரிந்து வரும் அவர் பெருமைமிகு பல விருதுகள் பெற்றவர். செய்யும் பணியோடு முடங்கிவிடாமல் படைப்பு வானில் சிறகு விரித்துப் பறக்கும் சிந்தனையாளர்.அறிவெனும் வாழையிலையில் அறுசுவை விருந்து படைப்பவர்.

இவர் எழுதிய கதைகளைத் தொகுத்து வழுவமைதி எனும் சிறுகதைத் தொகுப்பாக வெளியிடுவதில் பெருமகிழ்வும் பேரு வகையும் அடைகிறேன்.

வழுவமைதி எனும் தலைப்பு ஒரு இலக்கணகுறிப்புக் சொல். அத்தலைப்பே நல்ல சிறுகதைகளின் இலக்கணமாக இந்நூல் விளங்குகிறது என்பதை காட்டி நிற்கிறது.

எத்தனை மனிதர்கள் தொடங்கி பதினேழு கதைகள் பதினேழு வகை பதார்த்தங்கள் பரிமாறி விருந்து படைத்துள்ளார்.

இவரது சங்கத் தமிழ் சொல்லாட்சியில் பாரதியும் பாரதிதாசனும் ஏன் வைரமுத்துவும் கூட இவரது எழுத்து நடையில் எட்டிப் பார்க்கின்றனர்.

வாழ்க்கையில் கிட்டும் பட்டறிவின் பயன்களாம் பழமொழிகள் பல இவரது கதைகளில் எடுத்தாளப்பெற்றுள்ளது.

புதிய புதிய உவமைகள் புதிய புதிய வர்ணணைகள் கதைகளுக்கு வலு சேர்க்கின்றன. கிராமிய மணம் பெண்ணியச் சிறப்புகள் ஆகியவற்றுடன் எழுத்தாளரின் பெற்றோர்களையும் மாந்தராக்கிப் பெருமைப்படுத்தியுள்ளார்.

உலகின் புகழ்பெற்ற சிறுகதை எழுத்தாளர்கள் மூவர். அமெரிக் காவின் எட்கர் ஆலன்போ, ஃபிரான்சிஸ் கை டி மாப்பசான், இரஷ்யாவின் ஆண்டன் செகாவ் என்பவர்களே அம்மூவர் ஆவர்.

தமிழகத்தின் சிறந்த கதை ஆசிரியர்கள் புதுமைப்பித்தன், அழகிரிசாமி, சு.சமுத்திரம் முதலியோர் ஆவர்.

இவர்களைப் போல் அரங்கன். மணிமாறன் கதை இலக்கிய வரலாற்றில் இடம்பெறுவார். இடம்பெறவேண்டும் என்று விரும்புகிறேன். இதற்கு இவரது பெருமுயற்சியும் உழைப்பும் காலமும் துணைபுரியும் என்று நம்புகிறேன்.

மனம்நிறை வாழ்த்துகளுடன்

செந்தமிழ்செம்மல் அறிவியல் மாமணி
முனைவர் மலையமான்
(நா.இராசகோபாலன்)

தலைமைச் செயலக நூலகர் (ஓய்வு),
தலைநகர் தமிழ்ச்சங்க துணைத்தலைவர்,
தமிழக புலவர்க்குழு உறுப்பினர்,
தமிழ் வளர்ச்சி இயக்கக பதிப்பாசிரியர்,
தமிழக தமிழறிஞர் பேரவை இயக்குநர், சென்னை-18

வலிகளை உழும் கலப்பை; வழியை அறுவடை செய்கிறது!

மனிதத்தோடு வாழ்வதென்பது ஒரு மகத்துவம்; பெறற்குரிய பேரின்பம்; வாழ்வின் நிறைவு; அதேநேரம் வருத்தங்களை அசைபோடும் முடிவிலி. எல்லாராலும் விழையப்படுமே தவிர எல்லாராலும் இழையப்படுவது இல்லை. ஆனால் அந்த அன்பே அச்சாணியாய், அந்தக் கருணையே கடையாணியாய் இருந்தால் தான் உலக வாழ்வியலை உருட்ட முடியும்; பயணமும் நிறைவுபெறும். அத்தனை ஆரோக்கியமானது அதுவென்று தெரிந்தாலும் ஏனோ அப்படி வாழ்ந்திடக் கசக்கிறது. இருந்தும் விடாப்பிடியாய் ஊட்டுகிறது; வாழ்வுக்கு வல்லமை கூட்டுகிறது 'வழுவமைதி' சிறுகதைத் தொகுப்பு.

வெகுசன ஊடகங்களில் தொடர்ந்து படைப்பியல் பங்களிப்பை வெளிப்படுத்திவரும் அரங்கன். மணிமாறன் அவர்களது வாய்ச் சொல் ஒவ்வொன்றும் வாழ்த்துதலாக அமையும். இலக்கியத் திலும் ஒட்டுமொத்தத் தமிழ்ச் சமூகத்திற்கும் கதை விளக்கேந்தி ஏற்றம் இறைக்கிறார். தாம் வாழும் மண்ணை, தம்மைச் சுற்றித் தம்மோடு வாழும் மக்களை வளப்படுத்தவும் செழிப்படையச் செய்யவும் இவரது தமிழ் அயராது தகிக்கிறது. இதுமாதிரிப் பொருண்மை கொண்ட கதைகளை வாசகர்களும் சகப் படைப் பாளிகளும் கண்ணால் பார்ப்பது அவசியமானது.

கதைகள்புனையக்கூடியதுதான்ஆனால்அவற்றின்கரு புனைவுகள் அல்ல. இந்நூலின் கதைகள் உண்மைகளால் உருவெடுத்தவை. உயிர்கள் பொலிவுபெறப் புகைச்சலை ஊதி எடுத்தவை. பல மனங்களின் வெப்பத்தைப் படியெடுத்தவை. இவை, உற வுகளால் புறக்கணிக்கப்படும் அல்லது புறந்தள்ளப்படும் சகிப்புத் தன்மையைக் கந்தசாமிப் பிள்ளை, இராமச்சந்திரன், செல்லம்மா உள்ளிட்டோர் வாழ்க்கைப் பாடுகளின் வழி மேன்மைப்படுத்து கின்றன. போதாமைகளுக்கிடையிலும் ஏமாற்றங்களுக்கிடை

யிலும் நம்மால் வாழ முடியாததா இந்த வாழ்க்கை என்று வீறுகொண்டு நம்பிக்கையை ஊன்றி நிமிர்ந்து நடக்கவைக்க முயற்சிக்கின்றன.

எத்தனை நிறங்களில் மனிதர்கள் இருக்கிறார்கள் என்று வாழ்க்கையின் வரைபடத்தைத் தீட்டுகின்றது இவரது எழுத்து. ஆயிரம் கனவுகள் இருந்தாலும் கோட்டைத்தாண்டி ஒரு கோலம்கூடப் போடமுடியாமல் இருப்பதை 'முட்டைக்குள் அடையும் கோழிகள்' கதை பேசுகிறது. அது, வாழ்க்கை ஒரு வட்டம் அதற்குள் வளைய வளைய மட்டுமே வரமுடியும் எனும் யதார்த்தப் பிழைப்பை ஒரே ஒரு விடியலில் வெளிச்சத்திற்குக் கொண்டுவந்து நிறுத்துகிறது. ஏறத்தாழ 'நெகிழிப் பூவும் நெகிழ்ந்த வண்டும்' கதையும் இதைப்போன்றுதான். கற்பனையான திரைப் படத்தில் நடிக்கும் நடிகையர்களைப் பற்றி மற்றவரது கற்பனை யும் உண்மை வேறாகப் பிடிபடுவதிலும் உள்ள வாழ்க்கை வேடத்தை முலாம் பூசிக் காட்டுகிறது.

'விருமாண்டி என்னும் கன்னுக்குட்டி' கதை ஒரு பொதுவெளியில் கால்நடை மேய்த்தலோடு பழக்கப்பட்ட மனநிலை கடந்து ஒரு வீட்டிற்குள் ஓர் உறவாகப் பழகும் விருப்பத்தை உயிர்ப்போடு காட்டுகின்றது. பழகுதல் என்பது எப்படி இருக்கவேண்டும் என்று பழக்கப்படுத்துகிறது. அதேநேரம், அப்பழக்கத்திலிருந்து விடுபடுதல் அத்தனை எளிதில் சாத்தியமில்லை என்பதையும் பக்குவப்படுத்துகிறது.

முக்கியமாக இத்தொகுப்பில் கவனித்தற்குரிய ஒன்று இக்கதை கள் பேசும் காலம். பெரும்பாலும் சமகால வாழ்வியலில் கண்ணெதிரே உறுத்தக்கூடிய, கண்ணுக்குள் எரியக்கூடிய பிரச்சி னைகளையே இக்கதைகள் காட்டுகின்றன. என்ன ஒன்று கதையளக்காமல் காட்சிப்படுத்தாமல் சுருக்கமாகக் காட்டுகின்றன. ஆனாலும் கொசுவத்திச் சுருளாய்ச் சுருண்டிருந்தாலும் அதன் புகையைப் போல அவை வாசகனுக்குள் விரிகின்றன. சில இடங்களில் வசனங்கள் கதையோடு, கதையாக இழையாது வெளிப்படையாகக் குடை நீட்டுகின்றன. கதைகளைக் காப்பதற் காகக் குடைகள் நனைவதற்கும் காய்வதற்கும் உள்ளாகின்றன. கவலையேயில்லை, கதைகளோ பலமான கருக்களால் உள்ளூர உரம் கொள்கின்றன.

'வழுவமைதி' கதையும் இத்தொகுப்பில் ஓர் இன்றியமையாத கதையாக இருக்கிறது. பெரியவர் அருணாசலத்திற்கும் மீனாட்சியம்மாவிற்கும் முடிச்சு போடும் நினைப்பு என்பது; காலங்காலமாகக் கட்டுண்டு கிடக்கும் சமூகப் பேச்சுக்குள் இருந்து விடுவித்துக் கொள்வது என்பது அத்தனை எளிதா வது கிடையாது. அதைப்போலவே 'அவன்' கதையும் எப்போ துமான புத்திகளின் நினைப்புகளுக்கு எதிர்முனையில் நின்று, எளக்காரணப் பார்வைகளைப் பொருட்படுத்தாமல் வலிமை யாய்ப் பூக்கும் எருக்கஞ்செடியைப் போன்ற ஓர் ஆண்-பெண் உறவினை மேம்படுத்துகிறது. இவ்விரண்டு கதைகளும் கார்த்திகைச் சுடர்களாய் ஒளிப்பிரவாகம் கொள்கின்றன. முட்டி மோதி வெற்றியடையும் 'சாதனை' கதையும், முடிவில்லாதது துன்பங்கள் எனும் 'ஸ்வரபேதம்' கதையும் நம்மைச் சுற்றி வருபவை. வாழ்வின் எல்லா வேடங்களையும் ஏற்போடு ஏற்று அதனைச் சாத்தியப்படுத்திக் காட்டச் சிலருக்குத்தான் முடிகிறது. அது 'இருமுகன்' வசந்தனுக்கு இயல்பாய்த் தொடர்கிறது. ஒரு முன்னோடியைக் கண்டடைகிற முன்னோடிக் கதையாகவும் இக்கதை தன்னை நிலைநிறுத்திக் கொள்கிறது.

மொத்தத்தில் இந்நூற் கதைகள் சிறிது சிறிதாக நெடியேறி நெடியேறி நெக்குருகச் செய்கின்றன. இக்கதைகளின் மொழியும் இயல்பாய் நம்மோடு ஏதோ காதணி விழாவில் கலந்துகொள்ளப் போவதுபோலப் பேசிக்கொண்டே வருகிறது. கவிதை மனப் பழக்கத்திலிருந்து கால் நகர்த்த முடியாமல் நாய்க்குட்டியைப் போல் மெல்லெனவும் குடுகுடுவெனவும் நடுநடுவில் நகர்கிற கவித்துவம் ஒருபக்கம்; தனிமைக்காகவும் தவிப்பிற்காகவும் துவண்டு படுத்தும் துள்ளிக் குதித்தும் தாயைத் தேடிக் கட்டுத்தறியைச் சுற்றும் கன்றுக்குட்டியைப் போல் புனைவாக்கம் ஒருபக்கம் என இலக்கியத்தை இயக்கிட எத்தனைத் துடிப்புகள்.. அவையெல்லாம் இதயத் துடிப்புகள்...

'வறுமையில் ஒட்டிப்போன முகத்தில் தாடிமட்டும் வளமாக வளர்ந்திருந்தன', 'ஒடுங்கி நசுங்கிய பிளாஸ்டிக் தண்ணீர் பாட்டில் வேறு வைத்திருந்தான்' என்றெல்லாம் வெளிப்படுகிற எழுத்து என்றும் மரித்துப்போகாதவை. ஒரு தண்ணீர்ப் புட்டி 'ஒடுங்கி நசுங்கி' இருப்பதற்கும் வருத்தப்படும், அதன் முழு

மைக்காகவும் ஏங்கும் அரங்கன். மணிமாறன் ஐயாவின் இலக்கியக் கொள்கையில் ஐயமேயில்லை அவை எப்பொழுதும் மெச்சி உச்சி நுகரக்கூடியவை. அதுமட்டுமல்ல,

"கொசுக்கள் பெருகிவிட்ட
காலத்தில்
பட்டாம்பூச்சி அமர்வது கூட
அருவருப்பாகத்தான் இருக்கிறது"

என்னும் அவரது கவிதை அடிகளும் (ஆண்சூலி, ப.38) இவ்வாழ்வின் சிறுவலி முதல் பெருவலி வரையிலான அனைத்து விதமான வலிகளையும் உணரக்கூடியவர் என்பதை உணர்த்துகின்றன. ஆக, தம்முடைய எழுத்தானது கவிதை என்றாலும் கதை என்றாலும் விளிம்பு நிலை மக்களின் வாழ்வியலையும் பொதுவாக மனித சமூகத்து நடப்பியல் சிக்கல்களையும் முன்வைப்பதாக இருக்கவேண்டும் என்பதில் கவனங் கொள்கிறார். எழுத்து என்று எழுதுகோல் எடுத்தாலே பொருண்மை இப்படித்தான் இருக்கும் என்றால் அவரது எண்ணமும் அப்படித்தானே இருக்கும். எண்ணமும் எழுத்தும் வேறு வேறல்ல என்பது இலக்கியத்தை நேசிக்கக்கூடிய ஒரு நல்ல நெஞ்சத்தின் நேர்மை. அது என்றென்றும் நிமிர்ந்து நடைபோடும்.. மொத்தத்தில் முட்டைக்குள் இருக்கும் கருவாய் 'வழுவமைதி' வாசகன் மூளை நரம்புக்குள் ஒருகாலும் அமைதி கொள்ளாது.

செ. வீரபாண்டியன்

(பருக்கை நாவலுக்கான சாகித்திய
அகாதெமி யுவபுரஸ்கார்
விருதுபெற்ற எழுத்தாளர்)

பதிப்புரை

2022-ல் பரந்துபட்ட வாசகப் பரப்பை அடையும் விதமான தலைப்புகளில் புத்தகங்களை கொண்டுவருவது அறம் பதிப் பகத்தின் செயல் திட்டங்களில் ஒன்றாகும். அதன்படி வனம் சிற்றிதழில் வெளியான நான்கு உரையாடல்களை 'வனப் பாதை யில்' என்ற தலைப்பில் புத்தகமாக கொண்டுவந்தோம். அதன் தொடர்ச்சியாகத்தான் இந்த வழுவமைதி புத்தகம்.

முனைவர் அரங்கன். மணிமாறன் சிறுகதை, கவிதை, கட்டுரை, விளக்க உரை என பல தளங்களில் எழுதிவருபவர். அவருடைய நிறம் மாறாதப் பூக்கள், அறுவடை ஆகிய இரண்டு சிறுகதைத் தொகுப்புகளும் அதிகம் கவனம் பெற்ற புத்தகங்களாகும். அவரின் மூன்றாவது சிறுகதைத் தொகுப்பான 'வழுவமைதி'யை வெளி யிடுவதில் அறம் பதிப்பகம் பெருமை கொள்கிறது

அறம் பதிப்பகம் நாவல், சிறுகதை என புனைவிலக்கிய புத்த கங்களை வெளியிட ஆர்வம்கொண்டுள்ளது. எனவே புனைகதை படைக்கும் எழுத்தாளர்கள் எங்களை தொடர்பு கொள்ளலாம்.

நன்றி.

மா. அமரேசன்

பொருளடக்கம்

எத்தனை நிறங்களில் மனிதர்கள்

“அம்மா யாரோ ஒரு தாத்தா திண்ணைமேல உக்காந்திருக்கிறாரே, யாரும்மா அவரு?”

“அவரா, கந்தசாமிப்பிள்ளை. நம்மூரு ஆளுதான். பல வருசத்துக்கு முன்ன ஊரவிட்டு போனவரு இப்பதான் வந்திருக்காரு.”

எங்க ஊரு செங்கம் வட்டத்துல இருக்கிற மேல்நாச்சிப்பட்டுன்னு ஒரு சின்ன கிராமம். விவசாயம், மேய்ச்சல் தொழில்னு இருந்த ஊரு. இப்ப விவசாயம் செய்த, விவசாயிகளும் திருப்பூரு, பெங்களூரு, மெட்ராசுன்னு காரை வேலைக்கும், ரெடிமேடு கம்பெனி வேலைக்கும் போயிட்டாங்க.ஒரு சில பேரு அரசாங்க வேலைக்கும் போயிட்டாங்க.

யாகூப்கான் என்கிற பாய் வீட்டாரும் இப்ப இல்ல. பாயோட பங்காளிங்க தொழில்பண்ணி பொழைக்க மெட்ராசு, பம்பாய், துபாய்ன்னு போய்ட்டாங்க.

அந்த மாதிரிதான் கணக்குப்பிள்ளை வீடும். புள்ளைங்கள்லாம் படிக்கிறவரைக்கும் இருந்தாங்க. அதுக்கப்புறம் டவுன் பக்கம் போய்ட்டாங்க. அவங்க பங்காளிங்க எல்லாம் இங்கதான் பூர்வீகமாக இருந்திருக்காங்கன்னு கேள்வி.

கடைசியா ராமநாதனோட குடும்பம்தான் இருந்தது. அவங்க வீட்டுலதான் ரேசன் கடை இருந்திச்சி. அவங்க பரம்பரைதான் ஊர் நில கணக்கை எழுதி வந்திருக்காங்க. அது இன்னைக்கு மாதிரி படிப்பாலயோ போட்டித் தேர்வெழுதியோ வந்த அரசாங்க உத்தியோகம் இல்ல. சாதி அடிப்படையில கணக்குப்பிள்ளை பரம்பரை கணக்கு எழுதி வந்திருக்காங்க.

இப்பதான் எல்லாம் மாறிப்போச்சே. விவசாயம் பண்ணறவங் களே வேற வேற வேலை தேடி, ஊரவிட்டு போகும்போது அவங்க மட்டும் என்ன பண்ணுவாங்க?

அப்படி ஊரவிட்டு போன கணக்குப்பிள்ளை பரம்பரையில் ஒருத்தர்தான் கந்தசாமிப்பிள்ளை. வயோதிகத்தின் அறிகுறிகள் அப்பட்டமாக தெரியும் தோற்றம். மெலிந்த தேகம். சோடாபுட்டி கண்ணாடி அணிந்துகொண்டிருப்பார். நரைத்துப்போன ரோமங்கள் தலையில் அங்கங்கே தலைக்காட்டிக்கொண்டிருந்தது. பெரும்பாலான பற்கள் விழுந்துவிட்டிருந்ததால், கன்னம் பள்ளம் கண்டிருந்தது. வெள்ளை வேட்டி, வெள்ளை ஜிப்பாவோடு நெற்றி நிறைய திருநீறு பூசி சிவகடாட்சமாக காட்சியளிப்பார்.

வருசம் தவறாம காளியம்மன் கோவில் பொங்கல் திருவிழா வந்தா அவரும் வந்திடுவாரு.

மேல்நாச்சிப்பட்டு வடபத்திர காளியம்மன் கோவில் சக்தி மிக்க அம்மன் கோவில். வேண்டுவார்க்கு வேண்டியதையெல்லாம் அள்ளிக்கொடுக்கும் அன்னையாக காளி வீற்றிருக்கிறாள்.

பொங்கல் திருவிழா காலத்துல காணும் பொங்கல் அன்னிக்கி அம்மனுக்கு பொங்கலிட்டு பூசை போடுவாங்க. பலியிடுதலும் அங்கப்பிரதட்சணமும் ஓகோன்னு நடக்கும். எந்த நாட்டுல இருந்தாலும், எந்த ஊருல இருந்தாலும் அன்னிக்கு மட்டும் எல்லா சனமும் ஊருக்கு வந்து அம்மனுக்கு பிரார்த்தனைய நிறைவேத்திட்டு போவாங்க.

மதியத்துக்கு மேல தமட்டை காட்டுவாங்க (ஜல்லிக்கட்டு). காலையில பக்தியா இருக்கிற கூட்டம் மத்தியானதுக்கு மேல கறிதின்னுட்டு தண்ணி அடிச்சிட்டு வேஷம் மாறிடும். அடிதடி, சண்டை, இரத்தகாயம், மாடுமுட்டியது, போதையில் விழுந்து வாரியது என எல்லாம் சகஜம்.

'அட இந்த காயம் என்னா பண்ணிடபோவுது? காளியம்மன் திருநீறு எடுத்து பூசுடா எல்லாம் சரியாப்பூடும்' என்று பக்தி பேசும் கூட்டம்.

சாயந்திரம் ஆடி களைச்சி போனா, மக்க எந்த குப்பை மேட்டுல விழுந்து கிடக்குமோ?

ராத்தரி சாமி திருவிழா கூட வர்றதுக்கு ஆளு இருக்காது. கரகாட்டம் மாதிரி எதாவது வச்சாதான் திருவிழா ஊர்வலத்துல நாலு பேர பாக்க முடியும்.

ஏரிக்கரையில இருக்கிற நாவாத்தா கோயிலுக்குகூட ஒரு குடும்பத்தார் சீமக்காவிலிருந்து காருல வந்து வருஷா வருஷம் பொங்க வச்சி பூசை பண்ணிட்டு போவாங்க. பல தலை முறையா ஊரவிட்டு போனவங்களும் இப்படி ஏதாவது ஒரு சாமி விஷயமாதான் ஊர எட்டிப்பாக்குறாங்க.

பேரப்பசங்க "இந்த வில்லேஜ்தான் நம்ம ஊரா தாத்தா?"ன்னு ஆச்சர்ய கேள்வி எழுப்பும்.

கந்தசாமிப்பிள்ளை வருஷா வருஷம் திருவிழாவுக்கு அம்மன் காணிக்கை பணம் கொடுக்கவும் திருவிழா பிரிவு (பங்கு) பணம் கொடுக்கவும் வருவாரு. அவங்க பரம்பர இருந்தவரைக்கும் திருவிழா பிரிவுகாரங்களா இருந்திருக்காங்க. இப்ப திருவிழாவ நடத்த முடியலனாலும் பங்கு பணம் கொடுக்கவாவது வரு வாரு.

எங்க வீடு இல்லன்னா ஒரு சில வீடுகள்லதான் கைநனைப்பாரு. கொஞ்சம் ஆச்சாரம் பாக்குற ஆளு. காலையில எழுந்து காலை கடன்கள முடிச்சி, பம்புசெட்டுல குளிச்சிட்டு நெற்றி நிறைய திருநீறு பூசிகிட்டு வருவாரு.

சில நாட்கள்ல சாப்பிடுங்களேன்னு கூப்பிட்டா 'இல்லம்மா பச்சையப்ப உடையாரு வீட்டுல சாப்பிட்டுட்டேன். எனக்கு வேணாம் நீங்க போயி சாப்பிடுங்க' என்று திண்ணை மீது ஒரு பாயை விரித்துப் படுத்துக்கொள்வார்.

அப்பா விவசாய வேலைகள முடிச்சிட்டு வந்தா திண்ணைமேல உக்காந்துகிட்டு பழைய நினைவுகள அப்பாவும் அவரும் பேசிகிட்டு இருப்பாங்க.

"என்னா பண்ணறது ரங்கநாதா? என் ஊட்டுக்காரிதான் கைக்குழந் தையோட என்னை தவிக்க வுட்டுட்டு போயிட்டாளே மகராசி. அவன கஷ்டப்பட்டு உழைச்சி படிக்க வச்சி வளத்தேன். இதெல்லாம் இப்ப சொகுச அனுபவிக்கிறவளுக்கு தெரியுதா" என்று மருமகளை குத்திப்பேசினார்.

"சாப்பாட்டுக்கு அரிசியில்ல. நாம பசிய பொறுத்துகிட்டாலும், படிக்கிற புள்ள பசிய தாங்குவானா? கடன ஒடன வாங்கியாவது கஷ்டந்தெரியாம சோறுபோட்டேன். படிக்க வச்சேன். வேலைக்கு பரிட்சை எழுத போக பணம் கேட்டான். என்கிட்ட சுத்தமா பணம் இல்ல. கையில இருந்தது ஒரே ஒரு மோதிரம்தான். நீயே

சொல்லு ரங்கா எப்படி வாழ்ந்த பரம்பரை நாங்க? புள்ளைக்கு இல்லாத மோதிரம் என்ன மோதிரம்ன்னு வித்துட்டேன். வித்த பணத்த கொடுத்து பரிட்சைக்கு அனுப்புனேன். அந்த காளியம்மன் புண்ணியத்துல பையன் அறநிலைய துறையில ஆபிஸ் வேலை-யில சேர்ந்துட்டான். ஆற்காடுல இப்ப சொந்தமா வீடுகட்டி வசதியா வாழுறான். நீ ஒருமுறை வாயேன் ரங்கநாதா?''

''வேலை முடியட்டும் மாமா, வரேன்''

''அட போடா நீயாவது ஊரவிட்டு கிளம்புறதாவது'' என்று கேலிப்பேசினார்.

''மருமக நல்லா பாத்துகிறாங்களா மாமா?'' என்றார் அப்பா.

இருவரும் வேற வேற சாதியா இருந்தாலும் முறை வச்சிதான் கூப்பிடுவாங்க.

''அவனுக்குக் கட்டி வச்சிதுதான் பேயாப் போச்சே'' என்று கண்கலங்குவார்.

''நேரத்துக்கு எந்திரிக்கிறது இல்ல. வேலைக்கு போறவனுக்கு சாப்பாட போடறதில்ல. தூக்கம், தூக்கம், தூக்கம். பேய்த் தூக்கம். நாம எதாவது சொன்னா, 'நீயா செய்யிற? எப்ப எந்திரிச்சாலும் நான்தானே வேலை செய்யப்போறேன்னு' அலட்சியமான பேச்சி. நாம எதாவது சொல்லப்போனா மகனுக்கு கஷ்டமாயிடு மோன்னு, பல்லை கடிச்சிகிட்டு இருக்க வேண்டியதுதான். எதையும் நான் தொடக்கூடாதுங்கிறா. நான் தொட்டா தீட்டா யிடுமாம். கண்ணுல அழுக்கு இருக்குதாம். கைய கழுவுறது இல்லையாம். கக்கூஸ் போனா தண்ணி ஊத்துறதில்லயாம். வீட்டுக்குள்ளயே தீண்டாமை கொடுமை.

''நாம ஏதாவது சொன்னா புள்ளகிட்ட செத்துப்போயிடுவேன்னு மெரட்டுறா. நான்தான் பொண்டாட்டி இல்லாம வாழ்ந்திட்டேன். என்புள்ளைக்கு அந்த நெலம வரணுமான்னு எல்லாத்தையும் தாங்கிகிட்டு இருக்குறேன். ஹிம்.. எல்லாம் எங்க தலவிதி''

''பேத்தி நல்லா இருக்கா?'' என்று பேச்சை மாற்றினார் அப்பா.

''ஆங் நல்லா இருக்கா'' என்று முகம் மலர்ந்து பேசினார்.

“இங்கிலீஷ் மீடியத்துல படிக்குறா. பர்ஸ்ட் ரேங்குதான் எடுக்கறா. அவ பரவாயில்ல. தாத்தா தாத்தான்னு பாசமா இருக்குறா. அவளையும் இந்த பிசாசுதான் கெடுக்குது.”

“பேத்திய என் மகனுக்கு கொடுத்துடுங்க. நீங்க இங்கயே வந்து இருந்துக்கலாம்” என்று சொன்னாள் அம்மா.

“அதுக்கென்னமா நாங்கள்லாம் அப்பலேர்ந்தே மாமன் மச்சான்னுதான் பழகிட்டு வர்றோம். கட்டிகுங்க. என் பேத்திகென்ன ஒத்த புள்ள எல்லா சொத்தும் அவளுக்குத்தானே” என்று புன்னகைத்தார்.

சில நாட்கள் இருந்துவிட்டு மகனுடைய அட்ரஸையும் போன் நெம்பரையும் எழுதி கொடுத்துட்டு போனார்.

சில மாதங்கள் கழித்து வருவார்.

மருமக கொடுமையில இருந்து விடுபட்டு சொந்த ஊர்ல பழைய நினைவுகளை அசைபோட்டு இருக்கிறதுல ஒரு சந்தோஷம். நிம்மதி, அந்த முதிய ஜீவனுக்கு.

“எனக்கு ஏதாவது ஆச்சின்னா உங்களுக்கெல்லாம் தகவல் சொல்ல சொல்லிதான் வச்சிருக்கேன், மகன்கிட்ட.” என்று உரிமை பேசும் முதியவர் இப்பல்லாம் வர்றதே இல்ல.

ஒருவேளை அவர் சொன்னதுபோல ஆகியிருக்கலாம்.

மகன் மனைவிக்குப் பயந்து யாருக்குமே சொல்லாம வேலைய முடிச்சிருக்கலாம்.

திண்ணையைப் பார்க்கும்போதெல்லாம் கந்தசாமிப்பிள்ளை ஞாபகம்தான் மலர்கிறது.

என்பும் உரியர் பிறர்க்கு

ஏதோ யோசனையில் அப்போது நான் நின்றிருந்தேன். பொழுது சாய்ந்து மாலை மலர்ந்துகொண்டுருந்தது. கோவிலில் தாயே கருமாரி பாடல் காற்றில் கரைந்து கமழ்ந்து கொண்டிருந்தது. தெருவில் மாடுகள் மேய்ச்சலுக்குச் சென்றுத் திரும்பிக்கொண் டிருந்தன. திருட்டு மாடுகளின் ஒற்றைக் கால் மட்டும் கயிற்றால் கழுத்துடன் பிணைக்கப்பட்டு இழுத்துக்கொண்டு மற்ற மாடு களின் வேகத்தோடு ஈடுகொடுக்க முடியாமல் நடந்தன. சில வற்றின் கழுத்தில் மணிகள் கட்டப்பட்டிருந்தன.

பின்னால் ஆட்டு மந்தைகளும் ஒன்றோடொன்று வரிசை இடைவிடாமல் மே.. பே.. என்று சப்தமிட்டபடி நடந்தன.

சில ஆடுகளும் மாடுகளும் பொழுதெல்லாம் மேய்ந்தும் வயிறு நிரம்பாமல் தெருவோரம் இருக்கும் செடிகளையும் பந்தல் செடிகளையும் அவசர அவசரமாக இழுத்தபடி மேய்ந்தபடியே சென்றன.

பின்னால் கையில் அவற்றை விரட்டும் கம்புகளுடன் டரக்.. டரக்கென்று ஓசையோடு சப்தமிடும் செருப்புகளை அணிந் தவர்களாய் கெட்ட வார்த்தைகளில் அவற்றை செல்லமாய் திட்டியபடியே மேய்ப்பவர்களும் சென்றுகொண்டிருந்தனர்.

அவையெல்லாம் சென்ற பிறகு தெருவெங்கும் மாட்டுச்சாணமும் ஆட்டுப்புழுக்கைகளும் நிறைந்துவிட்டன. புழுதி கிளம்பி மப் பான வாடை நாசியைத் துளைத்தது.

பால் சொசைட்டியில் அவசரமாக பாலை ஊற்றுவதற்காக ஒரு பெரியவர் கிணிங்.. கிணிங்கென்று மணியை அடித்தபடியே சென்றார்.

தெருவில் விளையாடும் சிறுவர்கள் விளையாட்டில் ஏற்பட்ட தகராறினை தீர்க்க தன்தரப்பு நியாயங்களை சத்தமாக சண்டை போடும் தோரணையில் பேசிக்கொண்டிருந்தனர்.

கால்கள் பின்னிப் பின்னி நடந்தபடியே ஒருவன் வந்துகொண் டிருந்தான். அருகில் வர வர, அவனின் தோற்றம் தெளிவானது. வறுமையின் விலாசங்கள் அப்பட்டமாக தோற்றமளிக்கும் தேகம். எண்ணெய்க் காணாத தலைமுடிகள், எர்வாமாட்டின் தடவியும் வளராத இளைஞர்கள் பொறாமைப்படும்படி வளர்ந்திருந்தன. வறுமையில் ஒட்டிப்போன முகத்தில் தாடிமட்டும் வளமாக வளர்ந்திருந்தது. அவன் கிழிசலான வேட்டியும் பழுப்பேறிய சட்டையும் அணிந்திருந்தான். பல நாள் குளிக்காததை உடல் வாடை காட்டிக்கொடுத்தது.

தோளில் மாட்டிய அழுக்கான பையில் அவனுக்கான சில பொருட்களை வைத்திருப்பான் போலும். ஒடுங்கி நசுங்கிய பிளாஸ்டிக் தண்ணீர் பாட்டிலும் வைத்திருந்தான். வந்தவன் திண்ணை மீது வந்தமர்ந்தான்.

"கொஞ்சம் தண்ணீ குடுங்க" என்றான்.

நான் அப்போது இருந்தது என் மாமனார் வீட்டில். என் மனைவி யிடம் 'ஏம்மா தண்ணி கொஞ்சம் எடுத்துக்கிட்டு வாயேன்' என்று வாங்கி ஊற்றினேன்.

தாகமா பசியா என்றேத் தெரியவில்லை, வாங்கிய தண்ணீரை மடக் மடக்கென்று குடித்துமுடித்தான். இப்போதுதான் அவனை சற்றே சந்தேகத்துடன் அடையாளம் கண்டுபிடித்தேன்.

"நீ... ராமச்சந்திரன் தானே?"

"ஆமாங்.. நீ மணிதான?" என்று சற்றே குழறிய பேச்சாக கேட்டான்.

"ஆமாப்பா."

"நீ என்ன இப்படி ஆயிட்டே"

"என்ன பண்றது எல்லாம் என் தலையெழுத்து" என்றான்.

"பசியில இருக்க போல, சாப்புடுறியா?"

அவன் நிலைமையில் வேண்டாம்னா சொல்லுவான்.

'ஊம்...' என்று தலையாட்டினான்.

"ஏம்மா...கொஞ்சம் சாப்பாடு ஏதாவது இருந்தா போடுறியா? பசியா இருப்பான் போல" என்றேன்.

உங்களுக்கு வேற நண்பர்களே கிடைக்கமாட்டாங்களா என்ற பார்வையோடு அவளும் கொண்டு வந்துபோட்டாள். பசியின் மிகுதியால் வேக வேகமாக அள்ளி சாப்பிட்டான். சோற்றுப் பருக்கைகள் தாடியில் ஒட்டிக்கொண்டன.

அவனுக்கு விக்கல் எடுத்துக்கொண்டது. அவசரமாக தண்ணீரைக் கொடுத்து 'மெதுவா.. மெதுவா சாப்புடுப்பா' என்றேன்.

பக்கத்தில் ஒரு தெரு நாய் வந்து நின்றுகொண்டு தனக்கும் ஏதாவது பங்கு கிடைக்குமா என்று தட்டையும் அவனையும் மாறி மாறி பார்த்துக் கொண்டு நின்றிருந்தது. உலகத்தையே மறந்து சாப்பிட்டுக்கொண்டிருந்தான் அவன்.

பள்ளியில் படித்த போது என் வகுப்புத் தோழன்தான் இந்த ராமச்சந்திரன். அப்போது அவனுக்கு என் மீது தனிப்பட்ட பிரியம் உண்டு. சற்றே தாங்கி தாங்கி நடப்பான். கண்கள் முட்டையாக பிதுங்கிக்கொண்டிருக்கும். தொடதொடவென இருக்கும் பள்ளிச் சீருடையில் குடுகுடுவென ஓடி வருவான்.

அவன் மற்ற மாணவர்களைவிட தோற்றத்திலும் நடையிலும் வித்தியாசமானவனாக இருந்ததால் அவர்கள் இவனை கேலி செய்வதால் அவர்களுடன் சேரமாட்டான்.

எங்க தமிழைய்யா கூட, 'ராமச்சந்திரா கொஞ்சம் மூக்க சிந்துடா.' என்று கேலி செய்வார். அதைக்கேட்டு மற்ற மாணவர்களுடன் சேர்ந்து இவனும் ஊளையிடுவதைப்போன்று வித்தியாசமாக சிரிப்பான்.

சுமாராகப் படிக்கக்கூடியவனும்தான். ஒருநாள் யாரோ ஒரு முரட்டு மாணவன் இவனை அடித்துவிட இவனும் பதிலுக்கு அவனை கடித்துவிட்டான். ஆசிரியர் இவனை வெளு வெளுவென வெளுத்துவிட்டார். அழுதுகொண்டே அன்று பள்ளியை விட்டு நின்றவன்தான். திரும்ப இப்போதுதான் பார்க்கிறேன்.

சாப்பிட்டு முடித்தவுடன் தட்டைக்கழுவி நாயின் மீது ஊற்றி, ஒரே நேரத்தில் இரண்டு வேளைகளைச் செய்தான். நாய் குரைத்துக்கொண்டே அந்த இடத்தை விட்டு ஓடியது.

"ஏன் இப்படி ஆயிட்ட ராமச்சந்திரா?" என மறுபடியும் கேட்டேன்.

“எல்லாம் என் தலையெழுத்து” என்றான். “எங்க அப்பா அம்மா இருந்தவரைக்கும் நல்லாதான் பாத்து கிட்டாங்க. ரெண்டுபேரும் அடுத்தடுத்து ஒருத்தர் பின்னால ஒருத்தர் போய் சேந்துட்டாங்க” என்றான்.

“எங்க அண்ணன்தான் என்னை பாத்துக்கிட்டான். அவனுக்கு கல்யாணமாகி குழந்தை குட்டின்னு ஆயிடுச்சி. எங்க அண்ணி தான் எனக்கும் சோறு போட்டிச்சி. சொத்த பிரிச்சி கொடு, எனக்கும் கல்யாணம் பண்ணிவையின்னு கேட்டேன்.

“ஊளைப்பையனுக்கு யாருடா பொண்ணு குடுப்பாங்கன்னான். எனக்கு கோவம் வந்து சண்டைக்குப் போயிட்டேன். ‘ஊளைப் பையனுக்கு இம்மாம் வீராப்பான்னு அடிச்சி தொரத்திட்டு சொத்தையெல்லாம் அவனே எழுதிக்கிட்டான். நான் இப்படி சோத்துக்கு அலைஞ்சிகினு இருக்குறேன்.”

அவனது கண்கள் கலங்கின.

“அப்புறம் உங்கண்ணன் உன்ன கூப்பிடவே இல்லையா?”

“கொஞ்ச நாள் கழிச்சி கூப்பட்டான். நல்லா சாப்பாட்ட போட்டு கவனிச்சான். என்னடா திடீர்னு நம்ப மேல பாசம் வந்திடிச்சின்னு யோசிச்சேன். ஒரு நாள் டவுனுல இருக்குற பெரிய தனியார் ஆஸ்பத்திரிக்கு கூட்டிக்கினு போனான். என்னை செக் பண்ண டாக்டரு ‘என்ன ராமச்சந்திரன். உங்க ஒரு கிட்னிய உங்க அண்ணிக்கு தானமா கொடுக்க சம்மதமான்னு’ கேட்டாரு. நான் பக்கத்துல நின்னுகிட்டிருந்த என் அண்ணன பாத்தேன். அவன் உண்மை வெளிப்பட்டதால திருதிருன்னு முழிச்சிகிட்டு நின்னான்.

‘என்ன மிஸ்டர், உண்மைய சொல்லிதானே அழைச்சிகிட்டு வந்தீங்க? இல்ல எதாவது ஃபிராடு நடக்குதா? டோனரோட சம்மதமில்லாம ஆப்ரேஸன் நடக்காது, தெரியுமில்ல?’ அப்ப டின்னு திட்டுனாரு டாக்டரு.

“நான் யோசனைப் பண்ணினேன். வாழ்க்கையில என்னால யாருக்கு லாபம்? எங்கம்மா செத்தபிறகு எங்க அண்ணிதான் எனக்குச் சோறு போட்டு காப்பாத்தினாங்க. அத நெனச்சிப் பாத்தேன். நான் கிட்னிய கொடுக்கலேன்னா பாவம் கொழந் தங்கில்ல அனாதையா போவும். நான்தான் அனாதையா

யிட்டேன். இந்த பிஞ்சி கொழந்தைகளுக்கும் அந்த நெலம வரணுமான்னு யோசனை பண்ணிப் பாத்தேன். ‘சரிங்க டாக்டர், நான் தானம்கொடுக்க சம்மதிக்கிறேன்’னு கையெழுத்த போட்டுகொடுத்தேன்’’ என்று சொல்லியபடி வயிற்றில் ஆப் ரேஸன் செய்த இடத்திலிருந்த தழும்பை அவன் காட்டினான்.

கனாக்கண்டேன் தோழீ

அரண்மனை எங்கும் விழாக்கோலம் பூண்டிருந்தது. சுவர்களி லும் மதில்களிலும் வர்ணங்கள் பூசப்பட்டு புதுப்பொலிவுடன் விளங்கியது. அரண்மனையின் மகிழ்ச்சி நாடெங்கும், நகரெங்கும் தொற்றிக் கொண்டிருந்தது. விளக்குகளின் ஒளிவெள்ளத்தில் அரண்மனையெங்கும் மூழ்கியிருந்தது. எங்கும் கேளிக்கைகளும் மகிழ்வின் வெளிப்பாடான ஆடல், பாடல் என களைகட்டியது. பல்வகையான பூக்களினாலும் இலைகளினாலும் அரண்மனை அலங்கரிக்கப்பட்டு வாசக்கடலில் தத்தளித்தது.

உலகையெல்லாம் ஒரு குடைக்கீழ் ஆளும் அரசனின் ஆசை மகளான இளவரசியை பெண்கேட்டுப் பெற பக்கத்து நாட்டு இளவரசன் சொந்தங்களுடனும் பரிவாரங்களுடனும் சீர்வரிசை யெனும் கடலுடன் வருகிறான்.

இளவரசியின் மகிழ்ச்சி ஓர் எல்லையில்லா பெருங்கடலின் ஆரவாரமாய் நிறைந்திருக்கிறது. மேன்மாடத்தின் தன் சேடிகளு டன் கூடி, பெண்கேட்டு வரும் இளவரசனின் படைப்பெருக்கைத் தன் கண்களின் அளவைக்கொண்டு பாகபாகமாய் அளக்கிறாள் இளவரசி.

பல்லியங்கள் இசையெழுப்ப, ஆடல்பாடல் ஆரவாரங்கள் அரண்மனையை நெருங்க நெருங்க இளவரசியின் மகிழ்ச்சிக் கடல் அலைபுரண்டோடிக் கொண்டிருக்கிறது.

சேடிகளின் மகிழ்வும் பரிகசிப்பும் இளவரசியை மகிழ்ச்சி மற்றும் வெட்கத்திற்கிடையில் போராட செய்துகொண்டிருக்கிறது.

“மதுரையார் மன்னன் அடிநிலை தொட்டு எங்கும்
அதிரப் புகுதக் கனாக் கண்டேன் தோழீநான்.”

என்று ஆண்டாள் கண்ட கனவின் காட்சிநிழல் நிஜமாகிக் கொண்டிருக்கிறது.

அரண்மனையின் மண்டபமெங்கும் அரசனின் சொந்தங்களும் சபையினரும் சேடிமார்களும் ஒருபுறமும், பெண்கேட்டு வந்த இளவரசனின் உறவுகள் மறுபுறமும் நிறைந்திருந்தனர்.

எங்கும் உற்சாக பானமும் பட்சணங்களுமாய் தின்றும் குடித்தும் மகிழ்ந்திருந்தனர்.

மேன்மாடத்திலிருந்து சேடிகள் ஏமாறும் நேரங்களிளெல்லாம் இளவரசனின் அழகிலும் கம்பீரத்திலும் மென்சிரிப்பிலும் மனதை பறிகொடுத்து நின்றாள் இளவரசி. சேடிகளின் குரலில் திடுக்கிட்டு விழிப்புகொண்டு விழித்தாள், சிரித்தாள். சேடிகளின் கேலியும் கிண்டலும் கூடிக்கொண்டே இருந்தது.

இளவரசனும் வாய்க்குந்தோறும் மேன்மாடத்தின் இளவரசி யெனும் நிலவின் வெளிச்சம் பெற அண்ணாந்து பார்க்கிறான். வெட்கப்புன்னகை புரிகிறான்.

இளவரசிக்கும் இளவரசனுக்கும் வரும் வளர்பிறை சுபமுகூர்த் தத்தில் திருமணம் செய்ய மனம்சம்மதிப்பதாய் முடிவெடுத்து நிச்சயம் செய்து தாம்பூலம் மாற்றப்படுகிறது.

முடிவெடுத்த திருமண நாளன்று இளவரசனும் இளவரசியும் அருகருகே அமர வைக்கபட்டு மண வைபவ மந்திரங்கள் ஓதப்பட்டு மணமாலை மாற்றப்பட்டு திருமாங்கல்யம் சூட்ட வேதியர் கெட்டிமேளம்... கெட்டிமேளம்... என ஓசையெடுத்து கூவ...

“வடிவழகி... ஏய் வடிவழகி.. தொடப்பக்கட்ட, பொழுது வெடிஞ்சதுக்கூட தெரியாம எப்படி தூங்கிக்கிட்டிருக்காப் பாரு. எந்திரிடி...” என்று அண்ணி பூர்ணம் எழுப்பினாள்.

“ஆங்.. இதோ எழுந்திட்டேன்” என்று வாயில் வழிந்திருந்த உமிழ்நீரை துடைத்தபடி கனவு கலைந்தவளாய் எழுந்தாள் வடிவழகி.

வடிவழகிக்கு தற்போது வயது நாற்பதைத் தொட்டிருக்கிறது. தலையெல்லாம் நரைத்தும் நரைக்காத முடிகள். கன்னங்கள் ஒட்டிப்போய் கண்கள் கருவடைந்து பொலிவிழந்து இருக்கிறாள்.

வடிவழகி வளர்ச்சி குறைபாடுடையவள். குட்டை குட்டையான கால் கைகள் விரல்கள். உயரம் குறைந்து சிறுமிப்போலவே

காணப்படுகிறாள். பருவம் வந்ததும் பாவாடை தாவணி போட்ட வள்தான். இன்னமும் புடவைக்கு அவள் வளரவில்லை.

பள்ளி வயதில் சகதோழி ஒருத்தி போடி குள்ளி.. கரட்டாண்டிப் பொண்ணே.. என்று கிண்டலடித்துவிட அன்று அழுதுகொண்டே பள்ளியை விட்டு நின்றவள்தான்.

எல்லாப் பெண்களைப்போலவே அவளும் பதினான்கு வயதில் பருவமெய்திவள்தான். ஆனாலும் இன்றுவரை எந்த இளவர சனும் பெண்கேட்டு வரவில்லை. ஒன்றிரண்டு அசல் வரன்களும் போய்ட்டு தகவல் தெரிவிக்கிறோம் என்றதோடு சரி.

வடிவழகியின் அம்மாவும் அப்பாவும் தன் மகளுக்கு ஒரு திருமணம் செய்துவைக்க முடியவில்லையே என்ற ஏக்கத்தோடே போய்ச் சேர்ந்துவிட்டனர்.

அண்ணன் வீட்டில் அண்ணியின் அதிகாரத்தின் கீழ் மூன்று வேளை சாப்பாட்டிற்காக மட்டுமே மாடாய் உழைத்துக் கொண் டிருக்கிறாள் வடிவழகி. வாசல் தெளிப்பது, பாத்திர பண் டங்களை கழுவிவைப்பது, ஒட்டுமொத்த குடும்ப உறுப்பினர்களின் துணிகளைத் துவைப்பது, மாட்டுக் கொட்டகையில் சாணம் அள்ளி சுத்தம் செய்து மாடுகளுக்கு தீனிதண்ணி வைப்பது, புல் அறுத்து வந்து போடுவது, வீட்டு வேலை காட்டு வேலை என எல்லா வேலைகளையும் இழுத்துப்போட்டு செய்வாள். அவள் சமைக்கும் உணவில் தனி ருசி இருக்கும். குடும்பமே அதை சப்புக்கொட்டி சாப்பிட்டு மகிழும். அண்ணனும் சமயத்தில் பாராட்டத் தவறுவதில்லை.

எல்லா குடும்பப் பக்குவமும் இருந்தும் வளர்ச்சி குறைபாடு அவளுக்கு வாழ்க்கைக் குறைபாடாய் தொடர்கிறது. அண்ணனின் பிள்ளை ரமேஷ் வடிவழகியிடம் 'அத்தே. ஏன் உங்களுக்கு இன்னும் கல்யாணம் ஆகல? உங்க வயசுக் காரங்கள்லாம் கல்யாணம் ஆகி குழந்தை குட்டியோடு இருக்காங்களே?. உங்களுக்கு மட்டும் ஏன் இன்னும் கல்யாணம் ஆகல?' என்று குழந்தைத்தனமாய்க் கேட்டான்.

“உன்ன விட்டு பிரிய முடியாமத்தாண்டா நான் இன்னும் கல்யாணம் பண்ணிக்கில்ல செல்லம்' என்று பதிலளித்தாள் அவள்.

'மனிதர்களிடையே மனிதநேயம் குறைந்து சாதி, மதம், பேதம் பார்த்து நகையும், ரொக்கமும் கிடைத்தால் மட்டுமே திருமணம் செய்துக்கொள்ளும் இன்றைய பேராசை உலகில், வளர்ச்சி குறைபட்டுப் போனாலும் தானும் ஒரு மனுசிதான் என்பதை உணராத சுயநல மனிதர்களின் மத்தியில் குறையையும் பொருட் படுத்தாது பெரிய மனத்துடன் திருமணம் செய்துக் கொள்ளும் மனித தன்மை குறைந்துபோன உலகில் தனக்குத் திருமணம் ஆகாத குறையை அந்த சின்னஞ்சிறுவனுக்கு எப்படி நான் புரியவைப்பேன்?'

தன் வயதுக்காரிகளெல்லாம் தனக்குத் திருமணம் என்று பத்திரிக்கையை நீட்டும் போதும், தன் புதுக்கணவனோடு வண்டியில் உரசியபடி சிரித்துச் சிரித்துப் பேசியபடியே செல் லும்போதும் அடுத்தடுத்த ஆண்டுகளில் வளைகாப்பும் குழந்தைப் பேறும் பெற்றுக் கொண்டு வாழும்போதும், அந்த குழந்தைகள் வளர்ந்து பெரியவளாகி எம்பொண்ணு வயசுக்கு வந்துட்டாடி, காலம் எவ்வளவு வேகமாக போவுது? என்று சொல்லும்போதும் அண்ணிக்கும் அண்ணனுக்கும் தான் ஒரு இயந்திரமாய் பொழுதுக்கும் உழைப்பதால் உண்டாகும் உடல் வலியைவிட மனவலியின் பாரமே பெரிதாய் அவளைத் தாக்கியது.

ஊரில் தன்னைப்போலவே இன்னும் சில பெண்களும் வாய் பேச முடியாத குறை, போலியோ நோயினால் தாக்கப்பட்டு நடக்கமுடியாத குறை, அழகில்லை, பணமில்லை, கரைசேர்க்க தக்க உறவில்லை என்று விதவிதமான குறைபாடுகளால் பட்டி-யிலேயே தங்கிவிட்ட மாடுகளாய் வாழ்வதையும் எண்ணி தன் சோகத்திற்குத் துணைதேடிக்கொண்டாள்.

தன்னை பள்ளி வயதில் 'கரட்டாண்டிப்பெண்' என்று திட்டிய தோழி, திருமணமாகி குழந்தை பெற்று வந்தாள்.

"உன் குழந்தைய கொஞ்சம் குடேன்' என்று ஆசையாய் வாங்கிக் கொஞ்சினாள். என்ன நினைத்தாளே தெரியவில்லை. குழந்தையை தோழியிடம் கொடுத்துவிட்டு வீட்டினுள்ளே ஓடிச்சென்று குலுகுலுங்கி அழுதாள். கண்ணீரின் வெள்ளம் சோகத்தின் எல்லைமீறி உடைத்து கரைபுரண்டோடியது.

தானும் மற்ற பெண்களைப்போல ஆசாபாசங்கள் கொண்ட வள்தான் என்பதை மறந்து இவளுக்கும் திருமணம் செய்து வைத்து குடும்பத்தை ஏற்படுத்தி, பிள்ளைப்பேற்றைக் கொண் டாடி, வாழ்த்தி, ஈடேற செய்யவேண்டும் என்ற துளியளவு எண்ணமுமில்லாது வெறும் வயிற்றுபாட்டுக்கு உழைக்கும் பெண்ணாக நினைத்து தன்னை உணர்ச்சியற்ற வெறும் பயன் பாட்டுப் பாத்திரமாய் பார்க்கும் நிலையை எண்ணி தன் நெஞ் சில் கொதித்தெழுந்த ஏமாற்றத்தின் ஏக்கத்தின் வெளிப்பாடாய் அவளின் அழுகை வெளிபட்டது.

“அத்தே. அத்தே. நான் வேணா உன்னை கல்யாணம் பண்ணி கிட்டமா?” என்று குழந்தைத்தனமாய் கேட்கும் இரமேஷை, வாரி அணைத்து “சரிடா கண்ணு, உன்னையவே கல்யாணம் பண்ணிக்கிறேன்” என்று முத்தமிட்டாள் வடிவழகி.

கனவு நீள்கிறது...

இளவரசிக்கும் இளவரசனுக்கும் நாடும் நகரமும் போற்ற திருமணம் முடிந்தது. திருமணத்தின் பெருமைகளை பலநாட் களாய் எட்டுத்திக்கும் வியந்து பேசிப்பேசித் தீர்த்தனர்.

இளவரசிக்கு அழகான பெண்குழந்தைப் பிறந்தது. குட்டி இளவ ரசியின் வடிவழகை உலகமே கண்டு வியந்து போற்றியது. திருமகளும் கலைமகளும் மலைமகளும் ஒன்று கலந்த வடி வழகை நாட்டார் எல்லாம் ஒருமுறையாவது கண்டு ரசித்து ஆனந்தப்பட தவமிருந்தனர். குட்டி இளவரசி வளர்ந்து பருவ மடைந்தாள். அவளின் வடிவழகைக் கண்டு அவளைத் திரு மணம் செய்துக்கொள்ள நாட்டின் பல பகுதி இளவரசர்களும் போட்டிப்போட்டனர். தன் மகளை யாருக்கு மணமுடிப்பது என்று முடிவெடுக்க முடியாமல் அரசனும் அரசியும் திண்டாடிக் கொண்டிருக்கின்றனர். வடிவழகியின் கனவு நீண்டுகொண்டே இருக்கிறது.

கிருமிகளின் தேசம்

"எங்கு திரும்பினாலும் கொரானா கொரானா என்னதான் ஆச்சி இந்த உலகத்துக்கு? யுகமுடிவு அப்படிம்பாங்களே அது வந்துடிச்சா? எங்க காலத்துல இப்படியெல்லாம் இல்ல. அநியாயம் தலைதூக்கி தலைவிரிச்சி ஆடுனா அப்படிதான். எல்லாம் கலிகாலம்'' என்றார் தாத்தா.

தாத்தாவுக்கும் பேரனுக்கும் எப்பவும் போட்டிதான்.

"எங்க காலந்தான் பெஸ்ட்'' இது தாத்தா.

"இல்ல எங்க காலந்தான் பெஸ்ட்'' இது பேரனின் மறுப்பு.

பட்டிமன்றக்காரர்களின் 'அந்த காலமா? இந்த காலமா?' என்று தன்கட்சிக்காக வரிந்து கட்டிக்கொண்டு மூச்சைப் பிடித்துக் கொண்டு அவர் அப்படி சொல்லி இருக்கார். இவர் இப்படி சொல்லி இருக்கிறார் என்று உள்ளூர் புராணத்திலிருந்து அயல் நாட்டு அறிஞர் பொன்மொழி வரைக்கும் சொல்லி பத்தாத குறைக்கு எங்க பக்கம் தீர்ப்பு சொல்லலைனா நீங்க இப்படியெல்லாம் அனுபவிப்பீங்கன்னு நடுவருக்கு சாபம் விடுறது வேற நடக்கும்.

அந்த மாதிரி தாத்தாவுக்கும் பேரனுக்கும் வாதம் நடைபெறும்.

"எங்க காலத்துல நல்லா உழைச்சோம். இயற்கையாக விளை யிற தானியம், காய்கறி சாப்பிட்டோம். ஆரோக்கியமா நீண்ட ஆயுளோட மகிழ்ச்சியா வாழ்ந்தோம். இப்ப மாதிரியா? எடுத் ததுக்கெலாம் நோய். மருந்து மாத்திரையே சாப்பாடா சாப் பிடுறீங்களேப்பா? அவ்வளவு ஏன்? புள்ளை பெத்துகறது கூட அந்த காலத்தில புளிச்ச கீரைய திண்ணுட்டு பொதுக்குனு பெத்துக்குவா. இந்த காலத்தில ஆஸ்பத்திரி ஆஸ்பத்திரியா ஏறி இறங்கி மாத்திரை மருந்திலயே புள்ள பொறந்து வளருது'' என்பார் தாத்தா.

“தாத்தா ஏதாவது சொல்லணும்ணு சொல்லாதே உங்க காலத்துலயும்தான் மலேரியா, காலரா, பெரியம்மை, சின்னம்மையின்னு கொள்ளை நோய்கள் வந்து கொத்துக்கொத்தா செத்தாங்க. என்னமோ உங்க காலம்தான் பொற்காலம்ன்னு பேசுறியே? உங்க காலத்துலதான் சாதிச்சண்டை, மதச்சண்டை, இனச்சண்டை, நாட்டை பிடிக்கிற சண்டையின்னு மக்களை அழிச்சீங்க” என்று எதிர்கேள்வியில் நின்றான் பேரன்.

“அத ஏம்ப்பா கேக்கிற? என்று தாத்தா சரண்டர் ஆனார். “சண்டை ஒரு பக்கம் இருந்தாலும் நோய் நொடிகள்ள மாய்ஞ் சவங்கதான் அதிகம். ஒண்ணுமாத்தி ஒண்ணு வந்து கொத்து கொத்தா போய்ச்சேர்ந்ததுங்க. தடுப்பு மருந்துகளும் அன்னைக்கு இல்ல. அறியாமை, மூடத்தனம், விதி மேல பாரத்த போட்டுட்டு மீதி மக்கள் வாழ்ந்தாங்க. அதனாலதான் எட்டு பத்துன்னு புள் ளைகள பெத்தாங்க. போறது போக வாழ்றது வாழ்ந்து பேர சொல்லும்னு பெத்துகிட்டாங்க” என்று தனது ஆற்றாமையை வெளிக்காட்டினார் தாத்தா.

“அங்கதான் தாத்தா பிரச்சனையே ஆரம்பிக்குது மக்கள்தொகை பெருக்கம்தான் தேவைகளின் ஆரம்பம். பெருகிவந்த மக்கள் தொகைக்கு ஏற்ப உணவுபொருட்கள் உபயோக பொருட்கள் மிகுதியா தேவைப்பட்டிச்சி. விளைச்சல் குறைவு தேவை அதிகம். என்ன பண்ணலாம்னு யோசிச்சி பசுமை புரட்சி அந்த புரட்சி இந்த புரட்சின்னு இயற்கை விவசாயத்த விட செயற்கை உரம் பூச்சிக்கொல்லி ரசாயனங்கள பயன்படுத்தி சத்தற்ற உணவு பொருட்கள உற்பத்தி செய்து, மக்களோட தேவைகள பூர்த்தி செய்தோம். ஆனா சத்தற்ற உணவுபொருட்களால நோய் நொடிகள்தான் அதிகமாச்சி. அதைப்போக்க மருந்து மாத்திரைகள உற்பத்தி பண்ணாங்க. ஒரு நாடு இன்னொரு நாட்டை உணவு, மருந்து, வாழ்கைக்கு தேவையான உற்பத்தி பொருட்கள் எல் லாத்துக்கும் சார்ந்து இருக்கவேண்டிய நிலை. வல்லவன் வாழ் வான். அவன் சொல்றத மற்றவங்கெல்லாம் கேட்டாகணும். அவன் உற்பத்தி பொருட்கள மற்ற நாடுகள் வாங்கியாகணும். அவங்க தொழில் தொடங்க நம்ம நாட்டுல இடம் தந்தாகணும். இல்லனா பொருளாதார தடைவிதிப்பான். அதிலயும் அடங்

கலனா போர் தொடுப்பான். மனுசனோட நாடு பிடிக்கிற அல்லது நாடு அடக்குற குணம்தான் பாதி உலக அழிவுக்குக் காரணம்'' என்று தன் புத்திசாலிதனத்தைக் காட்டினான் பேரன்.

''இது முடியாட்சி காலத்திலயே இருந்திருக்கே? அதைத்தானே அன்றைக்கு பெருவீரம்னாங்க கங்கை கொண்டான், கடாரம் கொண்டான், வடக்கே சென்று இமயத்தில் கொடிநாட்டினான் அப்படி என்றெல்லாம் பெருமைபடுறோமே அதுதான். படை பெருக்கத்தையும் ஆயுத பெருக்கத்தையும் வச்சிதான் ஒரு மன்ன னுக்குப் பெருமை. சக்கரவர்த்தி, பேரரசர், மாமன்னர், மன்னர், குறுநில மன்னர்ன்னு அன்றைக்கும் அதிகார படிநிலைகள் இருந்திச்சி. இன்றைக்கு அது வல்லரசுங்கிற பட்டமா வந்து நிக்குது. அந்த பட்டத்தை பெறுவதில போட்டி. அணு ஆயுத உற்பத்தி பண்ணறாங்க'' என்று பேரன் தொடர்ந்தான்.

''எதுக்குப்பா அது?'' என்று புரியாமல் விழித்தார் தாத்தா.

''நீ சொல்லுவியே தாத்தா படைபெருக்கம்ணு. அதுதான். அந்த காலத்தில இத்தனை அக்ரோணி சேனை என்றால் பெருமை. அந்த மாதிரிதான் மனித குலத்தை அழிக்கக்கூடிய அணு ஆயுதங்கள உற்பத்தி பண்ணி, அணு ஆயுத சோதனை நடத்துறாங்க. எங்க நாட்டை பகைச்சிக்காதீங்க பகைச்சிகிட்டா எங்க அணுஆயுதங் கள கொண்டு உங்க நாட்டுமேல போர்தொடுத்து அழிச்சிடு வோம். சின்ன புல்லு பூண்டு கூட முளைக்காத அளவுக்கு அது அழிவை ஏற்படுத்திடும்னு பயமுறுத்ததான்'' பேரனின் விளக்கத்தில் தாத்தா பார்வை நிலைகுத்தி நின்றார்.

''என்னதான் இருந்தாலும் எங்க காலத்தில தர்மயுத்தம் நடந் திச்சி இன்னைக்கு மாதிரி ஈவு இரக்கமற்ற போர் அழிவுகள் இல்லையே'' என்று தாத்தா தன் தரப்பை சற்றே நிலைநிறுத்த பார்த்தார்.

''போர்னாலே அழிவுதானே? அதுல என்ன பெருசு சிறுசு? இன் னைக்கு ஆயுதப் போர், அணுஆயுதப் போரெல்லாம் வளர்ந்து பயோவார் அப்படிங்கற கொடுமையான மறைமுக போராக உருவெடுத்திருக்கு. மனித குலத்தையே பேரழிவுக்கு ஆட்படுத் தக்கூடிய நுண்நோய் கிருமிகள பரப்பிவிட்டு அழிக்கறது.

இதுக்கு பயங்கர ஆயுதங்களயோ இராணுவ வீரர்களயோ பயன் படுத்த வேண்டியதில்ல. செலவும் கம்மி. இழப்புகளும் இல்ல தெரியுமா தாத்தா?''

இருக்கிற உயிரினங்கள்ளயே மனுசன்தாம்பா மிகக் கொடுமை யானவன். வேறெந்த உயிரினமும் தன்னினத்தையே அழித்து தான் மட்டும் வாழும் சுயநலம்கொண்ட உயிரினம் இல்லப்பா'' என்று வருத்தப்பட்டார் தாத்தா.

''அதே மாதிரி அவங்க நாடுகள்ல உற்பத்தி பண்ற உணவு பொருட்கள் குழந்தைகளுக்கான நொறுக்குத் தீனிகள்லயும் மலட்டுத் தன்மை, மூளை செயலிழப்பு, சிறுகச்சிறுக சாதல் தன்மைகொண்ட இரசாயன பொருட்கள கலந்து உற்பத்தி செய்து மற்ற நாடுகளுக்கு ஏற்றுமதி பண்றாங்கலாமேப்பா உண்மையா அது?'' என்ற தாத்தாவின் ஆதங்கத்தை புரிந்துகொண்டான் பேரன்.

''உண்மை இருந்தாலும் இல்லனாலும் நம்ம அரசாங்கம் அனுமதி கொடுத்த பிறகு அதபத்தி பேசக்கூடாது தாத்தா. பேசினா நீங்க அந்நிய கைக்கூலியாகிடுவீங்க. இன்னைக்குப் பாருங்க கொரானாங்கற கொடிய வைரஸால பாதிக்கப்பட்டு உலகமே பேரழிவை அனுபவிக்குது. நோய் பாதிக்கப்பட்டவங்கள தொடு றதினாலயும், அவங்க சளி, இருமல், தும்மல் வழியாவும் நோய் மத்தவங்கள பாதிக்குது. சளி, இருமல், மிகைக்காய்ச்சல் ஏற்பட்டு நுரையீரல்ல சளி முற்றி சுவாசத் தடை ஏற்படுது. உறுப்புகள் செயலிழந்து இறுதியில மரணம் ஏற்படுது. இதுல என்ன வேடிக்கையின்னா வைத்தியம் பாக்குற டாக்டர்களயும் நோய் தொத்திகிறதுதான். நாட்ட விட்டு நாடு வந்தவன், மாநில விட்டு மாநிலம் வந்தவன், மாவட்டம் விட்டு மாவட்டம் வந்தவன், ஊருவிட்டு ஊருவந்தவன்னு மனுசனுக்கு மனுசனே எதிரியாகி எமனாகி வருகிறான். மனுசன மனுசன் பாக்கவே கூடாது. 'கொரனா நீங்கினா சொல்லி அனுப்பு உயிரோடிருந்தால் வருகிறேன்னு பாட்ட மாத்தி பாட வேண்டியதுதான்' என்று தற்கால நிதர்சனத்தை காட்டும் பேரனின் பேச்சில் தனக்கான வாய்ப்பைப் பெற்றுவிட்டார் தாத்தா.

''என்னமோ இது சயின்ஸ் காலம், சயின்ஸ் காலம்ன்னு பெருமை பட்டியே? அந்த சயின்ஸால மருந்த கண்டுபிடிக்க முடிஞ்

சிதா? இன்னைக்கும் கசாயம் நாட்டு மருந்து அதுதானே உதவுது? அதுமட்டுமில்ல வீட்டுக்குள்ளயே இரு தனித்திரு விழித்திரு விலகியிரு அப்படின்றாங்க. அதுதானே மருந்து. இராமனும் தருமனும் அந்த காலத்தில அஞ்ஞானவாசம் இருந் தாங்கலாம். தருமம் வெல்ல சில நேரம் மறைஞ்சிதான் வாழவேண்டியிருக்கு. அந்த மாதிரி இந்த கொடிய நோய விரட்ட சாக்கு போக்கு சொல்லாம வீட்டுக்குள்ளயே அடங்கி இருக்கணும். அரசாங்கத்தால வழங்கப்படுகிற கொரனா தடுப் பூசிகள கண்டிப்பா மறுக்காம போட்டக்கணும். அதனால நோய் எதிர்ப்புச் சக்தி உருவாகும். நோய தீர்க்க முடியாது. நோய் வராம பாதுகாத்துகலாம் இல்லையா?'' என்று தாத்தா விழிப்புணர்வு பிரசாரமே செய்துவிட்டார்.

“நான் அந்த நாட்டுல வேலை செய்றேன். அந்த டவுனுல வேல செய்றேன். எனக்கு அவ்ளோ சம்பளம். சொந்தமா காரு பங்க ளான்னு பீத்திகிட்டவனெல்லாம் தப்பிச்சா போதும்னு சொந்த கிராமங்களுக்கு ஓடிவறீங்களே ஏன்? பணம் பணம் பணம்னு, பணம்தான் வாழ்கைன்னு நினைச் சவன்லாம் சம்பாதிச்ச பணத்தை வச்சி உயிர காப்பாத்த முடியாது, கிராமத்திலதான் வாழமுடியும்ணு நினைக்க வச்சிடிச்சிப் பாத் தியா? என்னதான் இருந்தாலும் கிராமந்தான்டா உசத்தி'' என்று தாத்தா தன்கட்சியை உயர்த்தி பிடித்துவிட்டார்.

பதில் சொல்ல முடியாமல் தயங்கி நின்றான் பேரன்.

விடியலைத் தேடி

அவர்கள் இருவரும் புதிய விடியலை நோக்கி பயணிக்கின்றனர். அவர்கள் உடலில் தெம்பு குறைந்திருந்தாலும் உள்ளத்தில் புதிய நம்பிக்கையின் ஒளிக்கீற்று வீசியது. குழப்பமில்லாத தெளிவான முடிவுடன் அவர்கள் பயணப்பட்டனர்.

கணவன் செல்லப்பன் ஓட்டும் பழைய மிதிவண்டியின் டரக்... டரக்கென்ற உயவு எண்ணெய் போடாததால் உண்டான ஓசையை மீறி மீண்டும் மீண்டும் மகனின் குரல் செல்லம்மாவின் காதில் ரீங்கரித்துக் கொண்டே இருந்தது.

“போ.. போ.. என்னைக்காயிருந்தாலும் எங்ககிட்ட வந்துதான தீரணும்? உங்க ரோஷம் எத்தன நாளைக்கு தாங்குதுன்னு பாப்போம்.”

“டே..டே.. நீ என்னடா எங்கள பாக்கப்போற? நாங்க கால் வயித்து கஞ்சி குடிச்சாலும் உழைச்சி குடிப்பம்டா.”

“என் புருஷன் வயசானாலும் இன்னும் பொதி சுமக்குற காளைதான்டா. நேத்து வந்தவ பேச்ச கேட்டுதான இப்படி ஆடுற? உன் தயவு தாட்சணை இல்லாம இந்த வயசான காலத்துல எப்படி பொழைக்கப்போறோம்ங்கிற திமிர்லதான பேசற? உங்ககிட்ட ரோசம் கெட்டு சாப்பிறதவிட எங்க ஒழைப்புல ராஜபோகமா இருப்பம்டா” என்று சவால் விட்டவ பேரக் குழந்தைகளை விட்டு பிரியறத நெனச்சி வெடித்து அழுதாள் செல்லம்மா..

செல்லப்பன் மனசுக்குள்ளேயே குமைந்தான்.

செல்லப்பன் கால்காணி வானம்பாத்த பூமிக்குச் சொந்தக்காரன். அதில் இருவரும் பாடுபட்டு மகனை உடுக்கவும், உண்ணவும் கஷ்டமில்லாமல் வளர்த்தனர். நிலத்தில் வேலையில்லாத நாட்களில் டவுனில் கொளுத்து வேலைக்குச் சென்று சம்பாதித்து மகனை படிக்க வைத்தனர்.

ஆனால் அவன் சினிமா, லாட்டரி, கெட்ட நண்பர்கள் என கெட்டு அலைந்தான். இவனை இப்படியே விட்டால் ஆகாது. ஒரு கால்கட்டு போட்டால்தான் சரியாகும் என தாய் தந்தையை இழந்த பெண்ணை மனைவியாக மகனுக்கு முடித்துவைத்து அழகு பார்த்தனர். உழைத்துவிட்டு வந்த களைப்பை பேரப் பிள்ளைகளின் சிரிப்பில் மறந்தனர்.

செல்லப்பனுக்கு திடீரென்று இரண்டு நாட்களாக கடுமையான காய்ச்சல். வேலைக்குப் போக முடியவில்லை. செல்லம்மாளும் கணவனுக்கு கஞ்சியும் மருந்தும் கொடுப்பதற்காக வேலைக்குச் செல்லாமல் உதவி வந்தாள். இப்போது சற்று பரவாயில்லை.

அன்றிரவு செல்லப்பன் கஞ்சி குடித்துக்கொண்டிருந்தான்.மரு மகள் ஏதோ தலையணை மந்திரத்தை ஓதிவிட்டிருந்தாள். மகன் மந்திரித்த கோழியாய் துள்ளினான். வார்த்தைகளின் தடிப்பு கூடிக்கொண்டே போனது.

“அவள கொறை சொல்லலனா உங்களுக்கு பொழுதே போகாதே. திண்றது தண்டச்சோறு. இதுல வீராப்புக்கு கொறைச்சலில்ல. கப்புசிப்புனு வாய மூடிகிட்டு இருக்கிறதா இருந்தா இருங்க. இல்லனா வெளிய கௌம்புங்க. எங்களயாவது நிம்மதியா பொழைக்கவிடுங்க” என்று வார்த்தை நெருப்புத் துண்டுகளை பாசநெஞ்சங்களில் அள்ளிக் கொட்டிவிட்டான்.

நெடுங்காலமாய் பிள்ளைப்பேறின்றி ஏறாத கோவிலின்றி வேண் டாத தெய்வமின்றி வருந்தி வேண்டி பெற்றெடுத்து எதிர்காலத்தின் நம்பிக்கை ஊன்றுகோலாய் பெற்றெடுத்த மகனின் வார்த்தைகள், அவர்களை தெம்பிழக்கச் செய்திருந்தாலும் ஒருவரையொருவர் ஊன்றுகோலாய்க் கொண்ட அவர்கள் நம்பிக்கையுடன் ஒரு புதிய விடியலை நோக்கிப் பயணிக்கின்றனர்.

முட்டைக்குள் அடையும் கோழிகள்

கிலிங்... கிலிங்... அழைப்பு மணியின் ஓசை அந்த பேச்சிலர்ஸ் மேன்சனில் ஒலித்தது.

சத்தம் கேட்டு கதவைத் திறந்தவனுக்கு ஒரே ஆச்சர்யம்

"டே, இங்க பார்ரா.. என்ன அதிசயம்? தி கிரேட் மேக்னா கம்பெனியின் மேனேஜர், சிறந்த குடும்பத்தலைவன், மிகபிர பலமான எழுத்தாளர் அமுதபாரதியா இது?" என்றான் நண்பன் சுசில்.

"வாப்பா வாப்பா... உள்ள வா என்னப்பா திடீர்னு இந்த பேச்சிலர்ஸ் கூட?" என்றான் நண்பன் விஜய்.

"டே வந்தவன வாசப்படிலேயா வச்சியா கேள்வி கேட்ப? முதல்ல உள்ளே அழைச்சிகிட்டு வாடா அந்த செல்லத்த" என்று கிண்டலடித்தான் சுசில்.

அமுதபாரதியின் முகம் ஏனோ வாடிப்போயிருந்தது. மிகப்பெரிய ஏமாற்றமோ, சோகமோ, கசப்புணர்வோ, வெறுப்புணர்வோ அவனை வெகுவாக பாதித்திருப்பது தெரிந்தது

"அமுது வா வா என்னப்பா நீ எப்படி வாழ்க்கைய அனுபவிச்சவன் நீ இப்படி களையிழந்து போயிட்டியேப்பா?" என்றான் விஜய்.

"டே அந்த ஜுஸ்ஸ கொடுப்பா முதல்ல அமுது முதல்ல அந்த பேண்ட் சட்டைய கழட்டி எறிப்பா. எப்ப பார்த்தாலும் ரெய்மண்ட் மாடல் மாதிரியே இந்த ஷு டையெல்லாம் எவன் கண்டுபிடிச்சான்னே தெரியலப்பா? ஒரே அடிமைத்தன குறியீடுகள் இந்தா இந்த சார்ட்ஸையும் டிசர்ட்டும் போட்டுக்கோ" என்று குதுகலமூட்டினான் சுசில்.

"ஆமாம் இன்னைக்கு என்னப்பா டின்னர் ஸ்பெஷல்?" என்றான் விஜய்.

“இன்றைய குக்கிங் இன்சார்ஜ் குமாருதான். அவன கேட்டாதான் தெரியும்” என்றான் சுசில்.

“ஏன்ப்பா இன்னைக்கு அமுது வந்திருக்கிறதால அவனுக்குப் பிடிச்ச நாட்டுக்கோழி சப்பாத்தி போடுங்கப்பா” என்றான் விஜய்.

“சரி சரி அமுது, மொட்ட மாடிக்கா போய் ப்ரீயா பேசலாம் வா” என்றான் சுசில்.

மொட்டை மாடி சொல்லிவைத்தாற்போல் அன்று அவ்வளவு ரம்யமாக காட்சியளித்தது. நிலவும் வானமும் மேகங்களும் அன்று அவ்வளவு வர்ணஜாலங்களைக் காட்டிக்கொண்டிருந்தன. தென்றல் காற்றும் அத்தனை ரம்யமாய் குளுமையும் இனிமையும் வாசமும் நிறைந்த தென்றலாய் வீசி ஆறுதல் அளித்துக் கொண்டிருந்தது. மொட்டை மாடியில் இருக்கை வசதிகளும் பேச்சுவார்த்தை நடத்துவதற்கு ஏற்ற ஏற்பாடுகளும் நிறைவாக செய்யப்பட்டிருந்தது.

“இந்தாப்பா முதல்லா இந்த சிகரெட்ட புடிப்பா” என்ற சுசிலிடம் “இல்ல வேணாம்?” என்றான் அமுது.

“ஏம்ப்பா விட்டுட்டியா?” என்ற சுசிலுக்கு “இல்லப்பா, இது சிறுகதை. இதுல என்னால புகை மற்றும் மது உடல்நலத்திற்கு தீங்கானதுன்னு கார்டு போட முடியாது” என்று கிண்டலடித்தான் அமுது.

“அட இப்ப மட்டும் என்னப்பா, நம்ம கதைக்கு யூ சர்டிபிகேட்டா தரப்போறாங்க? ஏ சர்டிபிகேட்தான் ச்ம்மா புடி. சுட்ட பழமா? சுடாத பழமா? நீ பெரியஆளு, சுடாதபழமே தரேன் இந்தா புடி” என்றான் சுசில்.

செல்பேசியில் ‘தண்ணித்தொட்டித் தேடி வந்த கன்னுக்குட்டி நான்’ பாடல் உடம்பையும் மனசையும் ஆட்டிக்கொண்டிருந்தது. சங்கீதக்காரர் ஏசுதாஸை சாராயப்பாடலை பாடி ரசிக்கும்படி செய்த இளையராசாவின் திறமையை மெச்சிக்கொண்டிருந்தனர்.

“ஆமாம் வெரி பிஸி மேன் நீ எப்படி இந்த மொட்ட பசங்ககூட? நீ இந்த காலத்தயெல்லாம் எப்பவோ கடந்திட்டயே? வீட்ல ஏதாவது பிரச்சனையா? அதுக்கும் வாய்ப்பில்லயே? அன்பான மனைவி அழகான குழந்தைகள் ம்...? நம்பர் ஒன் கம்பெனி நல்ல வருமானம் லீடிங் ரைட்டர், ஏகப்பட்ட அவார்டுகள். என்னப்பா

குறை உனக்கு?'' என்று சுசில் சொல்லி முடிப்பதற்குள் பக்குமாய் கலந்து வைக்கப்பட்ட கிளாஸை காலி செய்திருந்தான் அமுது.

மனசுக்குள் அழுத்தி வைத்திருந்த அத்தனை சோகமும் அவனை வெடித்து அழவைத்தது.

"எங்கயுமே நிம்மதி இல்ல மச்சான். வீட்லயும் பொண்டாட்டி நான் சொல்றத கேட்க மாட்டேன்றா. அவ நெனச்சததான் செய்யனுங்கறா. எல்லாத்துலயும் குறை கண்டுபிடிக்கிறா. எதுக்குப்பாத்தாலும் எதிர்வாதம் பண்றா. அவளுக்கு அவ அப்பன் வீட்டு மேலதான்டா கவனமும் அக்கறையும் இருக்குது. ரெண்டு குழந்தைங்க பொறந்துடுச்சேன்னு பாக்குறதா இருக்கு. இல்லன்னா பேசாம சன்னியாசியா போய்ட்டிருக்கலாம்னு தோணுது. இந்த பழைய சினிமாக்கள்ல வர்ற மாதிரி கட்டுப் பட்டியா புருஷன் சொல்றதயெல்லாம் கேட்டுக்கிற பொண்ணா இருக்கமாட்டேன்றாடா'' என்று குமுறித் தள்ளினான் அமுது.

"மச்சான் அந்த மாதிரி பொண்ணுங்கெல்லாம் மலையேறி போய்ட்டாங்கடா'' என்றான் விஜய்.

"ஆபிஸ்லயும் எப்ப மரியாதை குடுப்பாங்க எப்ப திட்டு வானுங்கன்னே புரியலடா. இலாபம் ஈட்டுன புகழுறானுங்க. இலாபம் கொறைஞ்சா திட்டுறானுங்க. டார்கெட் டார்கெட்ன்னு ஒரே டார்ச்சர் மச்சான். ஆபிஸ் வீடு எதுலயும் நிம்மதி இல்ல மச்சான். பேசாம பேச்சிலராவே இருந்திருக்கலாம்னு தோணு துப்பா எல்லாத்தையும் தாங்கி தாங்கி மூளையே துரு புடிச் சிப்போச்சி நமக்குனு ஒரு சுதந்திரமோ மகிழ்ச்சியோ என்ஜாய்ன் மென்ட்டோ இல்ல'' என்றான் அமுது.

"நீதான் பெரிய எழுத்தாளர் ஆச்சேப்பா? அதுல கூடவா மகிழ்ச்சி இல்ல?'' என்ற சுசிலுக்கு "என்ன எழுதி என்னத்த பண்ண? இப்பல்லாம் நாமலே எழுதி நாமலே செலவு பண்ணி வெளியிடவேண்டியதா இருக்கு. படிக்கிறவங்களும் இன்னைக்கு பொருட்கள வாங்கற மாதிரி பிராண்டட் பாக் குறாங்க பெரிய எழுத்தாளர் புகழ்பெற்ற எழுத்தாளர் புத்தகங் களதான் வாங்கி படிக்குறாங்க. அவார்டு வாங்குன புத்தகம்தான் விற்பனையாகுது. அந்த அவார்டும் நேர்மையான முறையிலயா கெடைக்குது? கமிட்டியில செல்வாக்கு இருந்தா அவார்டு

கெடச்சிடுது. அட சின்ன சின்ன அமைப்புகள் கூட பெரிய அவார்டு வாங்குனவங்களுக்குத்தான் தர்றாங்க. புதுசா எழுதற வங்கள ஊக்கப்படுத்தினமுன்னோ அவங்க சிந்தனைகள மதிக் கனுமுன்னோ அவங்களுக்கு எண்ணம் கிடையாது. அமைப் புகளால விருது வாங்கறவங்களுக்கு மரியாதைங்கறது போய், பேமஸான எழுத்தாளருக்கு விருது கொடுக்கறதால மரியாதை, இலாபம் கிடைக்கற மாதிரி கொடுக்குறாங்க. எங்கும் சுயநலம் எல்லாத்தலயும் சுயநலம் அதனால மனுசனுக்கு எங்கயும் நிம்மதி இல்லப்பா'' என்று பேசியபடியே மனசிலிருந்த கவலைகளைப்போல சரக்கு எல்லாம் காலி செய்யப்பட்டிருந்தது.

குமார் செய்திருந்த சப்பாத்தியும் நாட்டுக்கோழி குருமாவும் உண்டு முடித்து மனதிலிருந்த கவலைக்குப்பைகளைக் கொட்டி விட்ட நிம்மதியில் உறங்கிப்போனான் அமுதபாரதி.

மறுநாள் காலை விழித்தெழுந்ததும் குமார் நண்பனைக் கேட்டான் "எங்க உங்க நண்பர் அமுதபாரதி?''

"அவர் விடிஞ்சதுமே போய்ட்டார்'' என்றான் சுசில்.

"என்னது போய்ட்டாரா? இனிமே வீட்டுப்பக்கமே தல வெச்சி படுக்கிறதில்ல. உங்ககூடவே இருந்திடுறேன்னாரே?'' என்று கேட்ட குமாருக்கு "அதெல்லாம் சும்மா கல்யாணம், வேலை, கமிட்மெண்ட்ஸெல்லாம் உருவாக்கிகிட்ட பிறகு அவ்வளவு ஈஸியா உதறிட முடியாது. எதுல இல்ல துன்பம், கவலை? எல்லாத்தையும் எதிர்பார்த்துதான் ஏத்துகிறோம். நடுவுல பொலம்புனா விட்டுருமா? எல்லாருக்குமே கஷ்டங்கள் இருக் கதான் செய்யும். வாழ்ந்து தீரவேண்டியதுதான். நாம என்ன புத்தனா? பட்டினத்தாரா? ஞானோதயம் வந்ததும் எல்லாத்தையும் விட்டுட்டு வந்திடறதுக்கு. அவங்கெல்லாம் பணக்காரங்க விட் டுட்டு வந்தாலும் செல்வம் இருந்துச்சி. இவங்க இல்லனாலும் குடும்பம் நடந்திச்சி. நமக்கெல்லாம் அப்படியா? எதையும் உதறிட முடியாது காலையில எழுந்ததும் அவருக்கு குழந் தைங்க நெனப்பு வந்திடிச்சி. துறவாவது ஒண்ணாவதுன்னு கௌம்பிட்டார். இதுதான் வாழ்க்கை. ஒன்ன வெறுத்தாலும் ஒன்ன விரும்பியாகணும்'' என்று தத்துவமாய் பேசும் சுசிலை ஆச்சர்யமாய்ப் பார்த்தான் குமார்.

வசந்தம் நினைவுகளில்

"அப்பா எதுக்குப்பா ரிஸ்க் எடுக்கிறீங்க? நாளைக்கு நான் ஃப்ரீதான். நானே கூட்டிகிட்டு போறேன்பா. இன்னைக்கு ஒருநாள் பொறுத்துக்கக்கூடாதா? இன்னைக்கு ஆபீஸ்ல முக்கிய மான மீட்டிங் இருக்குப்பா. சொன்னா கேளுங்கப்பா. இந்த முடியாத வயசில நான் தனியாவே போறேன்றீங்களே? கருவூல ஆபீஸிக்கு நாளைக்குப் போனா என்ன?"

அக்கறையினால் வந்த கோபத்தில் பேசினான் அமுதன்.

"டேய் பயப்படாதப்பா. நான் என்ன முடியாமலா இருக்கேன்? முப்பது வருஷமா பழகின ஊர்தானே? நீ ஒண்ணும் கவலைப்படாதே. ஐ டேக் கேர் மை செல்ஃப். யூ ஜஸ்ட் டோண்ட் வொரி மை டியர்."

கோபத்திலும் அப்பாவின் ஆங்கிலத்திறனை எண்ணி பூரிப்பு கொண்டான் அமுதன்.

அப்பா அந்தக்கால பி.யூ.சி. ஆல் சப்ஜெக்ட் எக்ஸ்பெர்ட். வாத்தியார் பிள்ளையா இருக்கிறதில பெருமையும் இருக்கு. கொஞ்சம் கஷ்டமும் இருக்கு.

எல்லாத்திலயும் பெர்பெக்ஸ்ஷன் எதிர்பார்ப்பார். கொஞ்சம் குறைந்தாலும், 'ஏய் என்னப்பா இது?' என்ற மெல்லிய அதட் டலிலேயே எல்லாவற்றையும் சரியாக்கிவிடுவார்.

முப்பது வருட ஆசிரியப்பணி அனுபவசாலி.

உழுதவன் மட்டுமில்லை வாத்தியாரும் கணக்குப்பார்த்தா ஒண்ணுமே மிஞ்சாது. லோன் மேல லோன் போட்டு எங்கள படிக்க வைக்கவும், அக்கா சங்கரிக்கு நல்ல இடத்துல கல்யாணம் முடிச்சி, லோன்ல வீட்டைக்கட்டி வாடகைவீட்டு வாஞ்சைகளைத் தீர்க்கவும், எனக்கு யுனிவர்சிட்டியில் படிப்புச்

செலவு, வேலை வாங்கித்தர, கல்யாணம் முடிக்க என குடும்ப கடமைகளையும் ஒழுங்கா செய்திருக்கிறார்.

தலையில முடியெல்லாம் கொட்டிப்போய், உடம்பும் தளர்ந்துப் போய் கண்பார்வை கொறஞ்சி கண்ணாடியும் கைத்தடியுமே துணையாகக் கொண்டு வாழ்கிறார். நடை வேகம் கொறஞ்சி, மெதுமெதுவாக நடக்கிறார். ஆனால் நேர்மை, கடமை, வாய்மை தவறுவதில்லை. வீட்டுலயும் வாத்தியார் வாத்தியார்தான்.

பல ஊர்கள்லயும் வேலை செய்திருக்கிறார். அவருக்காக நாங் களும் பல ஊர்கள்ல படிக்க வேண்டிய நிலை. என்ன பல ஊர்லயும் அவருக்கு இருப்பதை போலவே எங்களுக்கும் நண்பர்கள் இருக்கிறார்கள். சில காலங்களில் அவர் எங்கள பிரிஞ்சிருப்பார். படிப்புக்காலங்களில் நாங்கள் அவரை பிரிஞ் சிருந்தோம். அவருக்கு எப்பவும் கவலை இருக்காது. தங்கிட்ட படிக்கிற மாணவர்கள தன் பிள்ளைகளாகவே நினைத்து படிப்பு, எதிர்காலம், வாழ்க்கை பற்றியெல்லாம் தாய்ப்பசுவின் கவனத் தோடு கற்பிக்கிறதினால எப்பவும் சந்தோசமாய் இருப்பார்.

கிராமங்கள்ல வேலை செய்யும்போது கிராமத்து மாணவர்களும் பெற்றோர்களும் வாத்தியாருக்கு காய்கறி, கீரை, நிலக்கடலை என்று கொண்டுவந்து குவிப்பார்கள்.

“பையன் கணக்குல கொஞ்சம் வீக்கா இருக்கான். சாயந்திரம் வீட்டுக்கு அனுப்புங்க” என்று பெற்றோரிடம் வலிய வேண்டு கோள் வைப்பார். இதனால் காசுக்கு டியூஷன் எடுத்த உள்ளூர் வாத்தியாருக்கும் இவருக்கும் சண்டையெல்லாம் வந்த துண்டு.

ஒரு தடவ ஒரு பையன, அவன் பண்ண தப்புக்காக கோபப்பட்டு அடித்துவிட, அவனோட குடிகார அப்பன் மரியாத இல்லாம பேசி திட்டிப்புட்டான். அதை கேள்விபட்ட உள்ளூர் நாட்டா மைக்காரர், அவன ஒருபுடி புடிச்சிட்டாரு.

“வாத்தியார்ன்னா என்ன நெனச்சிகிட்ட? அதுவும் நம்ப வாத் தியார் சொக்கத் தங்கம்டா. அவரப் போய்.. டே போடா...” என்று திட்டித்தீர்த்துவிட்டார். அவன் இப்ப தாலுக்கா அலுவலகத்தில் வேலை செய்யுறான்.

இப்படிதான் பல சிக்கல் வரும். எல்லாத்தையும் புன்னகை யோடும் மனதிடத்துடனும் எதிர்கொள்வார். சங்கப் பணிகளிலும்

ஈடுபாடு உண்டு. சில போராட்டங்கள்ல சிறைக்கும் சென்றி ருக்கிறார்.

“ஏம்ப்பா எல்லார்க்கும் நல்லாசிரியர் விருது கொடுக்குறாங்க. உங்களுக்கு கொடுக்கமாட்டாங்களாப்பா?”

“அதுக்கெல்லாம் நான் சரிப்படமாட்டேன்ப்பா. அதிகாரிங்கள புகழணும். வீண் துதிபாடணும். அவங்க ஊழலுக்கு துணை போகணும். அரசியல் செல்வாக்கு காட்டணும். ரெட்டலை யையோ சூரியனையோ கைச்சின்னத்தையோ கையில வரைஞ் சிகணும். குறைஞ்ச பட்சம் அதிகாரிக்கு பொன்னி அரிசி மூட்டையாவது அனுப்பிவிடணும். இதெல்லாம் என்னால முடியுமாப்பா?” என்பார்.

பள்ளிக்கு மட்டம்போட்டுட்டு அப்பன்கூட செங்கல் சூளைக்கு வேலைக்குப் போன மாணவனை சூளைக்கே சென்று, அவன் அப்பனுக்கு குடிக்கறதுக்கு காசு கட்டி கூட்டிவந்து, சாப்பாடு டிரஷ் கொடுத்து, படிப்ப தொடர வச்சாரு. அவன் இப்ப உதவி கலெக்டரா தஞ்சாவூர்ல இருக்கான். லீவுக்கு ஊருக்கு வந்தப்ப “சார் எங்கப்பாகிட்டயே அடிமைக்கூலியா இருந்த என்னை அன்னைக்கு விலைகொடுத்து வாங்கி வந்து, படிக்க வைச்சீங்க. இல்லனா நான் செங்கல் சூளையிலயே கருகிப் போயிருப்பேன். ரொம்ப நன்றீங்க சார்” என்று பழத்தட்டோடு வந்த நிமிடம், ஆயிரம் நல்லாசிரியர் விருது பெற்றார் அப்பா.

அப்போதும் பழங்களை வேண்டாமென்று கூறி “அப்பா அம்மாவ உன் கூடவே வச்சி காப்பாத்தணும். சரியா? என்ன தான் இருந்தாலும் அவங்க உன்னைப் பெற்றவர்கள் சரியா?” என்று அறிவுரைக் கூறினார். அவர் அமைச்சர் முன்னால் நிற்பதைப்போல கைக்கட்டியபடியே சரியென்று ஆமோதித்தார்.

“என் சர்வீஸ்ல பல மாணவர்கள பாத்திருக்கேன்ப்பா. ஒரு தடவ நம்ம வீட்டுக்கு வந்தானே ஒரு மருத்துவர், அவரு ஒரு நாடோடி இனத்தவர். பன்றி மேய்த்தல் அவங்க குடும்பத்தொழில். படிக்க வாடான்னா நாங்க நாடோடிங்க ஒரு ஊர்ல தங்கமாட்டோம்ன்னு ஓடிட்டான். அவன் அப்பன கூப்பிட்டு பள்ளிக்கு பக்கத்திலயே ஒரு குடிசைப்போட்டுக்க. இங்க கொஞ்சம் படிக்க வைச்சிட்டா, உங்க இனத்தார்க்கு அரசாங்கமும் ஊக்கத்தொகை குடுத்து

படிக்கவைக்கும். வேலை வாய்ப்பும் நிச்சயம் உண்டு என்று கூறி தங்க வைச்சேன். அரிசி நொய்யும் பருப்புநொய்யும் கொடுத்து உதவினேன். பையனும் படிச்சி டாக்டராயிட்டான்னில்லே'' என்பதில் அவரின் வாழ்நாள் சாதனை வெளிப்பட்டதைக் காணமுடிந்தது.

சுருள் சுருளான தலைமுடியை எண்ணெய் பூசி வாரிக்கொண்டு வெள்ளை வேட்டி, சட்டை போட்டுக்கொண்டு கையில் மட்டு மில்லை மனதிலும் நேரம் தவறாமைக்காக கட்டிய குவார்ஸ் வாட்ச் கட்டிக்கொண்டு, பையோமெட்ரிக் இல்லாத காலத்திலும் சைக்கிளை மிதித்து நேரத்தோடு பணிக்குச் சென்று பணிநேரத்தில் பணியில் மட்டுமே கவனம் செலுத்தி சம்பாதித்த பணத்தை வட்டிக்கு விடாமல் தருமப்பணி அறப்பணிகளுக்கே செலவிட்டு வாழ்க்கையைக் கோடுபோட்டு கோட்டைத்தாண்டாமல் வாழ்ந் தவர்.

டவுனுக்குப் போய் தன் நண்பர்களை சந்திப்பதிலும், ஓய்வூதியர் சங்கக் கூட்ட சந்திப்பதிலும் அவர்களோடு பழைய கதைகளை பேசி திளைப்பதிலும், நண்பர்கள் சிலரின் மரணத்திற்குச் நல்ல மனுசன் எப்படியெல்லாம் வாழ்ந்தவர் என்று பெருமையஞ்சலி செய்வதிலும் காலம் கழிகிறது.

பேரப்பிள்ளைகளுக்கு தன் கதைகளையும், புராணக் கதைகளை யும் அறநெறிக் கதைகளையும் சொல்லிக் கொண்டிருக்கிறார்.

தாத்தா நீங்க என்ன வேலை செய்தீங்க? என்று கடைக்குட்டி கவின் கேட்கும்போது,

''ஸ்கூல் டீச்சர்'' என்கிறார்.

அவர் பதிலில்தான் எத்தனை கர்வம்.

வாழ்வெனும் நெடும்பாதை...

அவள் வாழ்வின் துயரங்களைப் போலவே அந்த பாதையும் நெடிதாய் நீண்டிருந்தது. பசியோ தாகமோ அல்லது அவள் கடந்த வாழ்வின் துன்ப துயரங்களோ அவளை மிகவும் சோர்வுறச் செய்திருந்தன. கடுமையாகக் காயும் வெயிலும் அவள் துயரங்களை மிகுதிப்படுத்துவதாய் அமைந்திருந்தது.

சைக்கிளை ஓட்டுவதற்கு தெம்பற்று அதனை தள்ளியபடியே செல்கிறாள். வெயிலின் கடுமையால் நா வறண்டுப் போயி ருந்தது. கோடை வெயிலின் தகிப்பாய் உடலெங்கும் வெப்பம் அவளைத் தாக்கியது.

அவள் கானங்களிலும் பெருவெளிகளிலும் சுற்றித்திரிந்தவள் தான். அங்கெல்லாம் வாழும் கொடிய மிருகங்களைக் கண்டு அஞ்சியதில்லை. மனிதர்களைவிட கொடிய குருதி குடிக்கும், மாம்ச உண்ணிகள் இல்லை என்பது அவளது வாழ்வின் தெளிவு.

அந்த பாதையை வாழ்க்கைப் பெருவெளியாய் எண்ணி நடந்து கொண்டிருக்கிறாள் அவள். பிறப்பு முதல் இந்நாள் வரை இப் பெருவெளியின் தகிப்பில் நடந்து நடந்து பழக்கப்பட்டிருக்கிறாள்.

நிர்மலா என்பது அவள் பெயராக இருக்கட்டும்.

நிர்மலாவின் குழந்தைப் பருவம் அவளின் அம்மா, அக்கா, வேறொரு மனைவி மக்களோடு வாழும் அப்பா என்ற சொந்தங்களோடு ஆரம்பித்தது.

அவளின் அம்மா ஒரு படிக்காத தற்குறி. அவளுக்குப் பிறந்தது இரண்டுமே பெண்குழந்தை என்பதாலும் அம்மா மற்ற பெண் களைப்போல மயக்கும் பக்குவம் பெறாதவள் என்பதாலும் அப்பா அவளைத் தொடர்ந்து நேசிக்க விரும்பவில்லை.

அவளது சித்தப்பா திடீரென ஏற்பட்ட நோயால் இறந்து விட, அவரது அப்பாவோ தன் தம்பி புதிதாக கட்டியிருந்த

பெண்ணைத் தானே தியாகமேற்று காப்பதாய்க் கூறி இரண்டா வதாக திருமணம் செய்துகொண்டார். அதுநாள் முதல் இளைய மனைவியின் மோகத்திலேயே காலத்தைக் கழித்தார். அம்மாவை கைவிட்டார். அவளைப்போலவே பிள்ளைகளையும் கைவிட் டார்.

அப்பாவின் ஆதரவற்றுப் போனாலும் விவசாயக் கூலியாக வேலைகளை செய்து வயிற்றுக்கஞ்சிக்கு குறையில்லாமல் காப் பாற்றி வந்தாள் அம்மா.

மகள்களாகிய அவர்களும் சின்ன வயதிலேயே பள்ளிக்கூட விடு முறை நாட்களில் நடவு, களையெடுப்பு, கதிரறுப்பு என விவசாய கூலி வேலைகளைச் செய்து பிழைத்த நாட்கள் உண்டு.

வறுமை அவர்களை வாட்டியதால் படிப்பு இரண்டாம் பட்சமா கிப்போனது.

அம்மா கையுழைத்து சேர்த்து வைத்திருந்த சிறுவாட்டுப் பணத்தை கொண்டு ஆடுகளை வாங்கி மேய்த்து வந்தாள். விடுமுறை நாட்களிலும் அம்மாவுக்கு உடல் நலமில்லாத நாட்களிலும் ஆடுமேய்க்கச்சென்றவள், காலப்போக்கில் படிப்பை விட்டு ஆடு மேய்த்தலே நிரந்தரமாக்கிக் கொண்டாள்.

ஆடுமேய்க்கும் போது வேலன் அவளுக்கு பழக்கமாகியிருந் தான். ஒரே சாதிக்காரன் என்றாலும் அவன் அப்பன், அவள் அப்ப னைப்போல இரண்டாம் தாரத்தின் மோகத்தில் விழுந்துவிட்டி ருக்கவில்லை.

பாடுபட்டு சொத்துச்சேர்த்து நிலச்சுவான்தாரனாக இருந்தான். அதனால் சாதியில் சற்று மதிப்புடன் வாழ்ந்தான். வேலனுக்கு படிப்பு சரிவர ஏறாததால் விவசாய வேலையோடு ஆடு மேய்க்கவும் செய்தான்.

வேலன் ஒருவகையில் நிர்மலாவின் முறைப்பையன். ஒரே சாதிக்காரன். நிலச்சுவான்தாரின் மகன் என்பதாலோ என்னமோ அம்மாவும் அவனோடு சேர்ந்து ஆடுமேய்க்க அனுமதித்திருந்தாள்.

நீங்கள் கற்பனை செய்வதைப் போலவே அவர்களுக்குள் காதல் அரும்பியிருந்தது.

ஆடுமேய்க்கும் வனாந்தரங்களிலும் கூப்புகளிலும் அவனோடு சுற்றித்திரிந்தாள். ஆடுகளுக்கு கொழைகளை அறுத்துவிடும் போதும் அதன் கால்களில் படும் முட்களை அகற்றும் போதும் நோய்களுக்கு மருந்தூட்டும்போதும் அவன் கெட்டிக்காரத் தனங்களை எண்ணி வியந்திருக்கிறாள்.

ஆடுகளின் இனவிருத்திக் காலங்களில், அவை மோகிக்கும் போதும், கர்ப்பமுற்று அவை குட்டி ஈனும் தருணங்களிலும் அவன் சமர்த்தனாக அவற்றையெல்லாம் கவனிப்பதை கண்டிருக்கிறாள். தன்னையும் அவ்வாட்டைப்போலவே இரட்சிப்பான் என்று நம்பிக்கைக் கொண்டிருந்தாள்.

அவன் அவள் மீது கொண்டிருந்த காதல் எல்லைமீறி, அவள் இளமையை வெறிதீர வேட்டையாடியதும் உண்டு. அம்மாவுக்கு தெரிந்தும் ஏதோ ஒரு நம்பிக்கை கொண்டிருந்தாள்.

ஆனால் அவன் மோசம் செய்தான். படுமோசம் செய்தான்.

அவன் அப்பாவின் காதுக்கு எட்டியபோது 'சாக்கடைய சந்தனத் தோட கலக்கிறயாடா' என அவன் குடும்பத்து காசு பண, நில நீச்சி பெருமைகளையும், அவள் குடும்பத்து சிறுமைகளையும் காரணம்காட்டி அவர்களின் காதலை முடிவுக்கு கொண்டுவந்தார்.

தந்தை சொல்லே மந்திரமாய் அவனும் காதலை எளிதாய் முறித்துக்கொண்டான்.

அவன் அப்பா பார்த்து வைத்த நகைநட்டுடனும், நில நீச்சுடனும் வந்த பொண்டாட்டியின் அழகில் திளைத்திருந்தான். அவளை மறந்திருந்தான்.

''உன்ன கட்டிக்க முடியாது'' என்று ஏதேதோ காரணங்களை காட்டி அவன் சொன்ன வார்த்தைகள் ஆடுமேய்க்கும் வனாந் தரங்களிலிலும் நாயுடு வீட்டு மோட்டார் செட்டிலும் பசப்பு வார்த்தைகளைக் கூறி சல்லாபித்ததனால் தள்ளிப்போன நாட் களில் கருவைக் கலைக்க அவன் சொன்னபடி செய்த உபாயங் களினால் கரு கலைந்து உடைந்து சிதறிய நரக வேதனைகளைவிட கொடிதாயிருந்தது அவளுக்கு.

காலத்தின் வருடலில் அவளுக்கும் ஒரு கணவன் கிடைத்தான். திருமணத்திற்குப் பின் கட்டிய கணவனின் உண்மைப் பத்தினி

யாய் வாழ்ந்தாள். வாழ்வின் பலனாய் ஒரு ஆணும் ஒரு பெண்ணும் பெற்றெடுத்தாள்.

நல்ல வருமானம் கொழிக்கும் தொழில். நம்பிக்கைக்காட்டி மோசம் செய்தவர்கள் மத்தியில் வாழ்ந்து காட்டினாள்.

அந்த மகிழ்ச்சியும் நெடுநாள் நீடிக்கவில்லை. கணவன் தொழிலில் அகலக்கால் வைத்தான். கூட்டாளிகள் பணமோசடி செய்தனர். தொழிலில் நட்டம் கண்டான். கடன்கள் காலைச் சுற்றிக் கொண்டன. தாய் வீட்டு ஆதரவைக்காட்ட அவளுக்கும் தெம்பில்லை.

குடிப்பழக்கம் அவனை குடிகொண்டது.

கடன்காரர்கள் நெருக்குதல் அதிகமாகி தற்கொலை செய்து கொண்டு மாய்ந்தான்.

அவளை நடுத்தெருவில் விட்டுச்செல்வான் என அவளும் நினைத்திருக்கவில்லை. ஆனால் அது விதிப்படியே நடந்தது.

அவளும் தன் தாயைப் போலவே தனியொரு பெண்ணாய் நின்று இரு பிள்ளைகளையும் காக்க வேண்டிய தலைவிதி நேர்ந்துவிட்டது.

அவள் அந்த நீண்ட நெடும்பாதையில் நடந்து கொண்டிருக்கிறாள். அந்த பாதையில் கொடிய நாகமொன்று அவள் வருகைக்காக காத்திருப்பதை உணர்ந்தாள். பசியும் தாகமும் அவளை வாட்டிய போதிலும் மிக உறுதியாக அதனை எதிர்கொண்டாள்.

அந்த கொடிய நாகம் மீண்டும் அவள் சூழலை மனதில் வைத்து தனது பசப்பு வார்த்தைகளால் அவளை மயக்கி கொத்தி, தன் விஷம் முழுவதையும் மறுபடியும் கக்கிவிட நினைத்தது.

அவள் பழையபடி ஒன்றும் அறியாத, பொய்ப் பசப்புக்களை நம்பி ஏமாறும் பெண்ணல்ல என்பது அந்நாகத்திற்குத் தெரிந்திருக்கவில்லை.

அந்த நாகத்தை தன் ஏளனப்பார்வையினால் அலட்சியப் படுத்திவிட்டு மேலும் அந்த நெடும்பாதையில் புதிய நம்பிக்கையோடும் இலட்சியத்தோடும் அவள் முன்னேறிக் கொண்டிருக்கிறாள்.

விருமாண்டி என்னும் கன்னுக்குட்டி

அன்றிரவு எங்கள் வீட்டின் லட்சுமி பசு கன்று ஈன்றது. நாங்கள் கன்றைப் பார்ப்பதற்கு ஆசையாக ஓடினோம். நல்ல போஷாக்கான குழந்தைப்போல புசுபுசுவென்றிருந்தது. அதன் தளிர்மேனியும் அழகான கண்களும் பால்மனத்துடனான மூக்கும் எங்களை வெகுவாக கவர்ந்தது.

எனக்கும் என் தங்கைக்கும் யார் அதை தூக்கிக் கொஞ்சுவது என்பதில் போட்டி இருந்தது.

தொப்புள்கொடி அதன் ஈரம் காயாமல் தொங்கிக்கொண்டிருந்தது. அது தானாகவே எழுந்து அதன் தாயின் மடியில் பால்குடித்தது.

கன்று ஈன்றதும் வேகவேகமாக பால் குடித்ததில் பசுவின் மடியிலும் கன்றின் வாயிலும் வெண்மையான நுரை பொங்கி வழிந்திருந்தது.

அதன் குறுகுறுப்பான பார்வை அங்கும் இங்கும் பார்த்து அச்சப் படுவதாய் இருந்தது.

என் தங்கை அதை அள்ளி எடுத்து முத்தமிட்டாள். நானும் ஒருமுறை என் தங்கையின் அனுமதியோடு முத்தமிட்டேன்.

அதன் முதுகைத்தடவியபோது மிருவான முடிகள் மயிலிறகை வருடுவதைப்போல் இருந்தது.

திடீரென்று அது முகத்தை நக்கியது. அதன் பால் மனம் கொண்ட நாவின் மென்மையான வருடல் இனித்தது.

“இது என்ன கன்னுக்குட்டி” என்று கேட்டாள் தங்கை.

“ஏம்மா கேக்குற?”

“இல்ல அதுக்கு பேர் வைக்கணும்மில்ல அதுக்குத்தான் கேட்டேன்.”

“சேங்கன்னு” என்று வருத்தத்தோடு சொன்னார் அப்பா.

“அப்படியின்னா ஆம்பள கன்னுக்குட்டியா, பொம்பள கன்னுக் குட்டியா?”

“ஆம்பள. கிடாரின்னா பொம்பள கன்னு” என்றார்.

தங்கை பிறந்தபோது வருத்தப்பட்ட அப்பா, பசுக்கன்னு மட்டும் ஆண்கன்றான சேங்கன்னா பொறந்ததுக்கு வருத்தப்படுறாரு?

தங்கை அதற்கு ‘விருமாண்டி’ என்று பெயர்ச் சூட்டினாள்.

“அடிக்கடி அதுங்கிட்ட போகாதீங்க. அதுங்கன்றை நாம கஷ்டப் படுத்துவோம்னு அதுக்கு கோவம் வரும். இந்தமாதிரி நேரத்துல சாதுவான பசுக்கூட பாய வரும். அதேபோல கன்னுக்குட்டிக்கும் கால்குளம்பு கூர்மையா இருக்கும். மிதிச்சா ரெத்தம் வந்திரும் பாத்துக்க.”

“அப்பா. இனிமே நாம பால் சொசைட்டிலயிருந்து வாங்கத் தேவையில்ல இல்லப்பா?”

‘இல்லம்மா. மொதல்ல சீம்பாலுதான் கெடைக்கும். நாளாக நாளாகத்தான் பால் தெளியும். அதுக்கப்புறம்தான் பால டீ, காபி, தயிர் மோருக்குப் பயன்படுத்த முடியும். வேணும்னா உங்கம்மாவ சீம்பால் கட்டி காய்ச்சித்தரச் சொல்றேன். சீம்பாலு அதிகமா பயன்படாதுன்னு பால அதிகமா கறக்கிறதில்ல”

விருமாண்டி அது இஷ்டத்துக்கு பாலை குடிச்சிகிட்டு இருந்தது. அன்றிலிருந்து பள்ளி விட்டதும் எங்களுக்கு விருமாண்டியை கவனிப்பதே வேலையாக இருந்தது.

இரவு நேரங்களில் விருமாண்டியை எங்கள் வீட்டு வாசலில் உள்ள மரத்தூணில் சிறிய கயிறைக்கொண்டு கட்டி வைத்தோம். அதன் தாய் அதைத் தூக்கிக்கொண்டு வரும்போது உர்.. உர்.. என்று கோபத்தோடு உறுமியது.

முதலில் காலிலும் சற்று வளர்ந்த பின் கழுத்திலும் கட்டி வைத்தோம்.

முத்துநாய்க்கரிடம் சொல்லி புதிதாக பூட்டுக்கயிறு, கைக்கயிறு திரித்து தரச்சொல்லி வாங்கினார் அப்பா.

"ஏம்ப்பா விருமாண்டிய இங்க கொண்டு வந்து கட்டினீங்க? அது அம்மா கூடவே படுத்துக்கும் இல்ல?" விருமாண்டி மீதான பரிவோடு கேட்டாள் தங்கை.

"அதுக்கில்லேம்மா தனியா புடிச்சி கட்டலேன்னா அது இஷ்டத்துக்கு நிறைய பாலு குடிச்சிடும். அப்புறம் அது வயிறு கழிசல் எடுத்துக்கும்."

சற்று நேரத்திற்கெல்லாம் அது மே... மே.. என்று உரக்க சத்தமிட தொடங்கிவிட்டது. அதன் குரல் மிருந்த ரத்தமாகவும் அதே நேரத்தில் இனிமையான தொந்தரவாகவும் இருந்தது. இரவில் நாங்களெல்லாம் தூங்கிவிட்டோம்.

திடீரென்று மீண்டும் விருமாண்டி மே... மே...என்று சத்தமிட்டது. நாங்கள் திடுக்கிட்டு எழுந்தோம். அது அப்படிதான் கத்தும். நீங்க பேசாம தூங்குங்க.

சற்று நேரத்தில் அதுவாகவே அமைதியடைந்தது. விடியற்காலை ஆனதும் அப்பா எழுந்து பால் கறக்க தயாரானதும் "ஏம்மா அந்த கன்னுக்குட்டிய அவுத்து வா" என்றார்.

கயிற்றை அவிழ்ப்பதற்குள் லட்சுமி பசு ஒருபக்கம் மே.. மே... ன்னுது. விருமாண்டி ஒருபுறம் மே.. மே.. ங்கறான்.

"கயிற்றை அவிழ்க்க முடியாமல் வேகமாக இழுத்து கல்முடிச்சி ஆக்கிடிச்சிப்பா. இதோ அவுத்திட்டேன்பா.."

பால் குடிக்க வேகமாக இழுத்துக்கொண்டு ஓடி காரைத்தரையில் நடக்க முடியாம தடுக்கி கால்களை பரப்பிக்கொண்டு பொத்தென்று விழுந்தது.

அய்யோ... ஏன் அவசரம் என்று பரிதபித்துக்கொண்டே சென்று தூக்கிவிட்டாள். தடைதாண்டிய வெற்றி மகிழ்ச்சியில் ஒரே வேகமாக ஓடி அதன் தாயின் மடியை முட்டிமுட்டி பால் குடித்தது.

பசுவும் கிடைக்காத பொக்கிஷம் கிடைத்துவிட்டது போன்ற மகிழ்ச்சியில் விருமாண்டியின் பின்பகுதி மற்றும் உடல் முழுதும் நக்கிக்கொடுத்துக்கொண்டே வாலைத் தூக்கி கோமியம் விட்டது. அதன் தாரைகள் எங்குமாகத் தெரித்து விழுந்து சிதறியது.

அப்பா முகத்தில் அது பால் கறக்க தயாராகிவிட்ட மகிழ்ச்சித் தெரிந்தது.

அது சற்று குடித்து முடித்ததும் அப்பா, "கன்னுக்குட்டியை இழுத்து பசுவோட முகத்துக்கு நேரா பிடி. பால் கறந்துடலாம்" என்றார்.

என்ன வலுவாக பிடித்தாலும் அது இழுத்துக்கொண்டே இருந் தது. குதிரையைப்போன்று இழுத்து முன்னங்கால்களைத் தூக்கிக் கொண்டு நின்றது.

லட்சுமி பசுவின் பின்னங்கால்களை சிறிய கயிறு கொண்டு எட்டு வடிவில் கட்டி பால் கறக்க ஆரம்பித்தார் அப்பா.

சொர்.. சொர்.. என்ற ஓசையுடன் வெண்மையான நுரையுடன் பால்பாத்திரம் நிரம்பிக்கொண்டு வந்தது.

பால் கறந்தவுடன் அதை கயிரோடு சற்று விளையாட விட்டி ருந்தார் அப்பா. விருமாண்டி துள்ளிக் குதித்து வெகுதூரம் ஓடுவதும் திரும்பி தாயிடம் வருவதுமாக இருந்தது.

அது ஓடும்போதெல்லாம் அதன் தாய் உர்.. உர்.. என்று உறுமிக்கொண்டிருந்தது.

உலகமறியாத தன் கன்றுக்கு ஏதேனும் ஆகிவிடுமோ என்கிற அச்ச உணர்வு அதற்கு மிகுந்திருந்தது.

திடீரென வேகமெடுத்த விருமாண்டி பலராமனின் மிளகாய்த் தோட்டத்திற்குள் நுழைந்துவிட்டது. அப்போதுதான் நடப்பட்டு நீர்பாய்ச்சி இருந்ததால் பாதிதூரம் சென்று சேற்றில் சிக்கிக் கொண்டு செய்வதறியாது திகைத்து நின்றது. அதைப்பிடிக்க நானும் சேற்றில் இறங்கவேண்டியதாயிற்று.

மெதுவாக அதைப்பிடித்து வந்துவிட்டேன்.

அன்று மாலை பலராமன் எங்க வீட்டுக்கு வந்து சண்டைபோ டும் படி செய்துவிட்டான் விருமாண்டி.

சில நாட்கள் கழித்து லட்சுமி பசு மேய்ச்சலுக்கு செல்லும் நேரங்களில் கொட்டகையிலேயே விருமாண்டி கட்டப்பட்டான். வாயில் ஒரு சிறிய பிரம்புக் கூடையைக் கட்டியிருந்தார் அப்பா.

பார்ப்பதற்கு கொரானா காலங்களில் மக்கள் முகக்கவசம் அணிந் திருந்ததைப் போன்றிருந்தது.

“ஏன்ப்பா அது வாயில கூடைய கட்டியிருக்கீங்க?” என்றேன். அதுவா, கன்னுக்குட்டி மண்ணையெல்லாம் நக்கிடும். அப்புறம் அதுக்கு வயித்தால போகும். அத தடுக்கத்தான் இப்படி கூடைய கட்டியிருக்கேன்” என்றார்.

இப்படியாக வளர்ந்து வந்தான் விருமாண்டி.

நாட்கள் செல்லச் செல்ல பால்கறப்பதும் குறைந்துப்போனது. விருமாண்டியும் ஏனோ சவலைக் கன்றாகிவிட்டான். உடம் பெல்லாம் எலும்புக் கூடாகி தோலெல்லாம் உரோமம் கொட்டி ஒழுங்கற்று அழகற்றுப் போனான்.

துரைகண்ணுக்கோனார் கண்ணில் பட்டுவிட்டான் விருமாண்டி.

அவர் கால்நடைத் தரகர். பேச்சில் கில்லாடி. சத்தியம் சாதாரண விஷயம். அவரும் ஆடு மாடுகளை மேய்ப்பவர்.

அவற்றிற்கு வைத்தியம் பார்த்தல், விலைகளை தீர்மானித்தல், தரகு செய்தல் எல்லாம் அத்துபடி. ஆட்டுச்சவட்டை விற்றே பணம் சம்பாதிக்கொண்டதாக அப்பா கூறுவார்.

வாயைபார்த்தே நோயைச் சொல்வார். பல்லைப்பார்த்தே வய தைச் சொல்லுவார்.

என்ன விலைப்போகும் என்றெல்லாம் என்று பார்வையிலேயே எடைபோடுவார். அத்தனை சமர்த்தன். எப்பொழுதும் பச்சை நிறத்தில் ஒரு பெரிய சால்வையை கட்சிக்காரரைப் போல தோள் மீது போட்டிருப்பார். அவருக்கு மேல்சட்டையும் அதுதான். போர்வை அதுதான்.

காடுமேடு திரிவதற்கு ஏற்ப மூக்கு வைத்த வேட்டைக்காரன் செருப்பு போட்டிருப்பார்.

கை மீது துண்டைப்போட்டு விரல்களாலே விலையைப் பேசு வார்.

அப்ப பாக்கணுமே “அதல்லாம் ஆகாது. அவ்வளவு தேறாது. வாங்கினுப் போயி நான் நஷ்டப்படணுமா? சத்தியமா அவ்வளவு போவாது. நூறு ரூபாய கையில வச்சகிட்டு திணிக்கப்பார்ப்பார்.

அட வையிப்பா. காளியம்மா சத்தியா இதுக்கு மேல தேரா துப்பா. இதுக்குமேல உன் இஷ்டம்'' என்று கூச்சல்போட்டு மல்லுக்கட்டுவார்.

''ஏன்டா ரங்கா, கன்னுக்குட்டிக்கு ரவ பால உட்டுட்டு கறக்கக் கூடாதா? காசு காசுன்னு பால ஒரு பீரிக்கூட கன்னுக்குட்டிக்கு வுடாம கறந்து சொசைட்டியில வித்திடணுமா?'' என்று கிண்டல் பேசுவார்.

''நான் அப்பவேச் சொன்னேன். ஊட்டு மறந்து கன்னு நல்லா இருக்கும்போதே வித்துடுன்னு. இப்ப இந்த சவலைக் கன்ன பாத்ததும் எவனும் வெல கேட்கமாட்டானே'' என முதலிலேயே விலைப்போகாது என்று பேசி மனசை மாற்றினார்.

''அது நல்லாதான் பால் குடிச்சிக்கினு இருந்திச்சி கோனாரே. என்னமோ தெரியல சவலைக்கண்டுப் போச்சி. சரி குடுக்கறத குடுத்திட்டு புடிச்சிகிட்டு போய்யா..'' என்று அப்பாவும் விரு மாண்டியை விற்கத் தயாரானார்.

ஒரு வேளை கிடாரி கன்னா இருந்தா பின்னால பாலு கறக்கும்னு வித்திருக்கமாட்டாரோ என்னமோ?

நல்லா போஷாக்கா இருந்திருந்தாலும் பின்னால வேலைக்கு ஆகும்ன்னும் வித்திருக்கமாட்டாரு.

''அப்பா. நம்ம விருமாண்டிய விக்காதீங்கப்பா'' என்று தங்கை அழுது கெஞ்சிப்பார்த்தாள். முடியவில்லை.

''பசு செனையா இருக்கும்மா. கொஞ்ச நாள்ல அது கன்னுக்குட் டிப் போடும். அத கொஞ்சிக்கலாம். கவலைப்படாதம்மா'' என்று ஆறுதல் சொன்னார்.

''கோனாரே, வெட்டுக்காரனுக்கு கொடுக்காம வளப்புக்கார னுக்கு வித்துடுய்யா.. சரியா?''

''க்கும். சவலைக் கன்ன வளப்புக்கு எவன் வாங்குவான்? என்று மனதில் நினைத்தபடியே, சரி. சரி. என்று கயிற்றை வாங்கினார்.

''கயிறு கொடுக்கமாட்டன்ய்யா...'' என்று சம்பிரதாயம் பார்த்தார் அப்பா.

“அட, வேற கவுறு இல்லப்பா. இதுலதானா வந்துடுது, கொடுப்பா” என்று இழுத்தார்.

விட்டுப் பிரிய முடியாமலோ என்னவோ விருமாண்டி போக மறுப்பதாய் தொங்கினான். துரைக்கண்ணுக்கோனார் வலுக்கட் டாயமாக தரதரவென்று விருமாண்டியை இழுத்துக் கொண்டுப் போனார்.

தங்கையும் நானும் செய்வதறியாது நின்றோம். அன்றிரவு தங்கை சாப்பிடவும் இல்லை. யார் கூடவும் பேசவும் இல்லை.

நேற்று விருமாண்டியை வாரச்சந்தையில் விற்றுவிட்டதாகவும், பேசிய விலையைவிட குறைவாகவே விலைப்போனதாகவும், சாமார்த்தியமாகப் பேசி சொன்ன விலையைவிட குறைவாக கொடுத்துவிட்டுப்போனார் துரைக்கண்ணுக்கோனார்.

காலமாற்றத்தில் அடுத்தக் கன்னுக்குட்டிக்கு என்ன பெயர் வைக்கலாம் என யோசித்துக்கொண்டிருக்கிறாள் தங்கை.

ஸ்வரபேதம்

சின்னுவைப் பார்க்கப் போகத்தான் வேண்டியிருந்தது. இந்த நிலையில் பார்த்தாலும் கஷ்டமாகத்தான் இருக்கும். போகாமல் இருந்தாலும், யார்தான் இருக்கிறார் அவருக்கு ஆறுதல் சொல்ல?

“சின்னு...”

பதிலில்லை.

சின்னுவினுடைய வீடு, நிலத்திலேயே இருக்கும் சிறிய குடிசை வீடு. பக்கத்திலேயே ஆட்டுக் கொட்டில். அதற்குப் பக்கத்தில் ஆட்டுக்குட்டிகளுக்கான பிரம்பாலான கூடை கவிழ்க்கப்பட்டு ‘மே... பே... என ஆட்டுக்குட்டிகளின் குரல்கள் ஒலித்துக் கொண்டே இருந்தது.

மாட்டுக்கொட்டிலிலும் மாடுகள் வாயினில் அசைப்போட்டுக் கொண்டும் வாலால், உட்காரும் ஈக்களையும் கொசுக்களையும் விரட்டிக்கொண்டும் இருந்தன.

சாணமும் கோமியமும் கலந்த வாடை சம்சாரிக்குரிய லட்சணத்தை உணர்த்திக் கொண்டிருந்தன.

எரியாமல் புகைந்துக்கொண்டிருந்த கை அடுப்புக்குப் பக்கத்தில் குத்துக்காலிட்டு அமர்ந்த நிலையில் கைகளை தலைமீது வைத்துக்கொண்டு அமர்ந்திருந்தார் சின்னு.

பிரகாசமாக எரியாமல் புகைந்துகொண்டிருந்த கரியேறிய கஞ்சிக்குண்டான் ஏற்றிய அடுப்பு, அவருக்குள் புகைந்துக் கொண்டிருந்த சோகச்சுருளை வானம் வரை பரப்பிக் கொண்டிருந்தது.

‘சின்னு’ என்றவுடன் திரும்பி என்னைப்பார்த்து குலுங்கிக் குலுங்கி அழ ஆரம்பித்துவிட்டார்.

“சின்னு சின்னு, அழாதேப்பா. என்ன இது சின்னக் குழந்தை மாதிரி. அழதேப்பா.

ஒரு சம்சாரிக்கு நல்ல மாடும் நல்ல மனைவியும் அமையனும்பாங்க. சின்னுவுக்கு மாடு அமைஞ்ச மாதிரி மனைவி அமையல. காலமெல்லாம் மனுசன், கஞ்சிக்கு அலைய வேண்டியிருந்தது. சின்னு மனைவி எல்லம்மா, நோஞ்சான் பொம்பள. காலமெல்லாம் நோயாளியாவே வாழ்ந்திட்டு கண்ணமூடிட்டா. சின்னுவோட வாழ்ந்ததுக்கு அடையாளமா, மகள் நாகம்மாவை விட்டுட்டுப் போயிட்டா.

நாகம்மா கல்யாணம் ஆகிறவரைக்கும் எப்படியோ அப்பனுக்கு கஞ்சி ஊத்திகிட்டிருந்தா. என்னதான் இருந்தாலும் பொட்டபுள்ள இன்னொருத்தனுக்கு கஞ்சி ஊத்தப்போய்தானே ஆகணும்?

ஏதோ எல்லம்மாவோட நகைங்களயே, நாகம்மாவுக்குப் போட்டு தன் வசதிக்கேத்த மாதிரி கஞ்சிக்குப் பஞ்சமில்லாத வீட்டு பையனுக்குக் கட்டிக் கொடுத்தாச்சி. அப்பப்ப ஊருக்கு வந்து, எப்பயும் கஞ்சியிலயும் ஊறுகாயிலும் காலத்த தள்ளுற அப்பனுக்கு வாய்க்கு ருசியா சமைச்சிப் போடுவா.

“நீதான் எங்கூடவே வந்திடேன்பா. உனக்குன்னா தனியாவா ஆக்கப்போறேன்?”

“எங்கம்மா, சோத்துக்காக நெலத்தையும் ஆடு மாடுங்களயும் விட்டுட்டு அங்க வந்து உக்காந்துக்க முடியுமா? அதுவுமில்லாம சம்பந்தம் பண்ண வீட்டுல ஒரு வேளைக்கு மேல கை நனைக்கிறது அவ்வளவு நல்லதில்லம்மா” என்று மறுத்துவிட்டார்.

சின்னு முன்பொருமுறை என்னை அழைத்திருந்தார். சின்னுவைப் பார்ப்பதற்கு எனக்கே நகைப்பாக இருந்தது. இருந்தாலும் சின்னு கஷ்டப்படுவாரே என்று அடக்கிக்கொண்டேன்.

சின்னு கருப்பான, ஐம்பதைத் தாண்டிய ஆள் என்றாலும் நல்ல உடல்வாகு. தலையில் எண்ணெய் நிறைந்து கருப்பும் வெளுப்புமான முடிகள் பளபளத்தன. நறுக்கான வெள்ளை மீசை கருப்பான ஆளுக்கு அழகைக் கூட்டியிருந்தது. வெள்ளை வேட்டி, வெள்ளைச் சட்டையில் ஆளே மிடுக்காக மாறியிருந்தார். கையில் வாட்ச் மின்னியது. டைம் பார்க்கத் தெரியுமா என கிண்டலடிக்கத் தோன்றியது.

நாகம்மாவும் வந்திருந்தாள்.

"சின்னமேட்டுல ஒரு பொண்ணு இருக்குதாம். ரொம்ப வறுமையான குடும்பம். கூலிவேலைக்கு போனாத்தான் அன்னன்னைக்கு கஞ்சி. இதுல பொண்ணுக்கு பத்து பதினைஞ்சி பவுனு போட முடியாததால, முப்பதைத் தாண்டியும் கன்னிக் கழியாம இருக்குறாளாம். அவள சின்னுவுக்கு பொண்ணுபார்க்கத்தான் இந்த ஏற்பாடு. சின்னுவுக்கு சோறு கொழம்பு ஆக்கிப்போட்டா போதும்ன்னு சொன்னதும் ஒத்துகிட்டாங்க.

காளியம்மன் கோயில்ல வச்சி எளிமையா கல்யாணம் முடிஞ் சிடுச்சி. இனிமேல் சின்னுவுக்கு சாப்பாட்டுக் கவலை மட்டும் இல்ல, வீட்டக் கவனிச்சிக்கிற கவலையும் இல்லாம போச்சி. மனுசன் விவசாய வேலைகளையும், ஆடுமாடு மேய்க்கற வேலைகளையும் பாத்துக்குவாரு.

சம்சாரிக்கு பொண்டாட்டி அமைஞ்சிட்டா வேற என்ன குறை? சின்னுவுக்கு புதுவாழ்க்கை, புதுதெம்பு கிடைத்தது. அதெல்லாத்தையும் கொஞ்ச நாள்கூட நிலைக்காம பண்ணிட்டா சின்னமேட்டுக்காரி.

முப்பதைத் தாண்டியும் கன்னிக் கழியாதவ சின்னுவுக்கு வாழ்க்கைப்பட்டு வந்த பிறகுதானா காதலைப் புதுப்பிக்கணும்? அவ காதலனுக்கு இத்தன நாளா வராத ஆம்பளத்தனம், சின்னுவுக்கு முடிச்ச பிறகுதானா வரணும்?

அவன்கூட இவ ஓடிப்போயிட்டாளாம். பெரியவங்க சும்மாவா சொன்னாங்க, ஒத்துப்போகணும்னு?

சின்னு உன் வாழ்க்கைக்கு ஒரு நல்ல விடிவுகாலமே இந்த ஜென்மத்துல வராதா? என்று பரிதாபப்படத்தான் என்னால் முடிந்தது.

சின்னு கலங்கி புழுங்கிக்கொண்டிருக்கிறான்.

சின்னுவுக்கு எப்படி ஆறுதல் சொல்வதென்றேத் தெரியாமல் தவித்துக்கொண்டிருக்கிறேன் நான்.

வழுவமைதி

“வாட் நான்சென்ஸ். உனக்கென்ன பைத்தியமா பிடிச்சிருக்கு மிருதுளா?” என்று மனைவியிடம் கொந்தளித்தான் கணவன் வருண்.

“ஏன் இப்படி கோபப்படுறீங்க? கொஞ்சம் அவசரபடாம, கோபப்படாம, பொறுமையா யோசிச்சிப்பாருங்க”.

“இல்ல மிருதுளா நான் கோபப்படவும் இல்ல, அவசரபடவும் இல்ல. நான் ரொம்ப கூலதான் இருக்கேன். ஆனா நீ சொல்லற விஷயம் கொஞ்சமாவது நியாமா? சரிபடுமா? நடக்குமான்னு நீயே யோசிச்சிப்பாரு.”

“வெளியில யாராவது கேள்விபட்டாக்கூட, நம்பள பத்தி என்ன நெனப்பாங்க? ரொம்ப கேவலமா பேசுவாங்க. என்னை பத்தியும், உன்ன பத்தியும் என்ன நெனப்பாங்கன்னு கொஞ்சமாவது யோசிச்சிப் பாத்தியா? நீ என்ன சமாதானம் சொன்னாலும் நியாயம் சொன்னாலும் என்னால ஏத்துக்கவே முடியாது.”

“ஏங்க நாம வாழறது, நமக்காகத்தாங்க. ஊரு உலகத்துக்காக இல்ல. நாலு பேரு என்ன சொல்லுவாங்க நாலு பேரு என்ன நெனப்பாங்கன்னு, அதையே யோசிச்சி பயந்துகிட்டிருந்தா நம்ம வாழ்க்கைய நிம்மதியா வாழ முடியாது. இத மட்டும் உறுதியா நெனச்சிக்குங்க.”

“அதில்ல மிருதுளா, இது நீயோ நானோ மட்டும் சம்பந்தபட்ட விஷயமில்லையே? சம்பந்தபட்ட ரெண்டு பேரின் விருப்பமும் முக்கியமில்லையா?”

“ஆமா நீங்க சொல்லறத முழுசா ஏத்துக்கிறேன். ஆனா நாமதான் அவங்களுக்கும் சொல்லி புரியவைக்கணும்.”

“சினிமாத்தனமா இருக்கு மிருதுளா நீ சொல்லறது. சினிமாவுல வேணும்னா நீ சொல்லற மாதிரி நடக்கலாம். சினிமாதானே அது கற்பனையில எடுக்கறதால வேணா ஏத்துக்குவாங்க. அதையே

நிஜத்துல நடத்துனா, எள்ளி நகையாடுவாங்க. சும்மாவா சொன்னாங்க, உலை வாய மூடுனாலும் மூடலாம், ஊர்வாய மூட முடியாதுன்னு.

“எல்லாத்துக்கும் ஒரு பழமொழி ரெடியா வச்சிருக்கீங்க. கொஞ்சம் பாசிட்டிவ்வா திங் பண்ணுங்க.”

“ஹிம்... ஒகே. அவங்க ரெண்டுபேருகிட்டயும் பேசிப்பாரு. எனக்கு ட்வெண்டி பெரசன்ட்டேஜ் கூட பாசிபிலிட்டி இருக்கும்னு தோணல.

பெரியவர் அருணாசலம் மிருதுளா சொன்னதை கேட்டு அதிர்ந்து விட்டார்.

“ஏம்மா என்னை வெச்சி எதுவும் விளையாடலையே? உங்களுக்கு நான் ஏதாவது பாரமா தொல்லையா இருக்கிறதா இருந்தா வெளிப்படையா சொல்லிடுங்க. நான் ஏதாவது ஆசிரமத்துல தங்கி மீதி காலத்த தள்ளிக்கிறேன். என்ன, பேர பிள்ளைங்கள பிரியறத நெனச்சாதான் துக்கம் தொண்டைய அடைக்குதும்மா? பாவம் அதுங்களும் என்ன விட்டு பிரிஞ்சிட்டா தவிச்சிப் போயிடும்.

“நான் ஏதாவது உனக்கு பிடிக்காம நடந்துகிட்டிருந்தாலும் தெரியாம ஏதாவது தப்பு பண்ணியிருந்தாலும் மன்னிச்சிடுமா. இனிமே அது மாதிரி நடந்திக்க மாட்டேம்மா. நீ சொல்லறது மட்டும் விட்டுடும்மா. இல்ல அடி மனசிலிருந்தே அழிச்சிடும்மா.”

“ஏன் நான் சொல்லறத யாருமே சரியான கோணத்துல புரிஞ்சிக்கமாட்றீங்க.? உங்க மேல எந்த தப்பும் இல்ல. உங்கள தொரத்திவிட்டிடணும்னும் எங்களுக்கு எண்ணமுமில்ல. நான் சொல்லறதா உணர்ச்சி வசப்படாம யோசிச்சிப்பாருங்க.”

பெரியவர் அருணாசலம்தான் அப்படின்னா மீனாட்சியம்மா அதுக்கு ஒருபடி மேல போய் சொன்னத கேட்டதும் அழுது தீர்ந்துவிட்டார்.

“அம்மா ஏதோ என் சூழ்நிலை தலைவிதி இப்படியெல்லாம் ஆயிடிச்சி. புராணத்துல சொல்லற மாதிரி உயிரவிட்டிடிடாம வாழ்ந்துகிட்டிருக்கேன். வயிறுன்னு ஒண்ணு இருக்கே, அத கழுவுறதுக்காகத்தாம்மா உங்க வீட்டுல பத்து பாத்திரங்கள

கழுவிக்கிட்டுருக்கேன். நீ நல்லவங்களா இருந்ததாலதாம்மா என்னோட நிலைமைகள மனசவிட்டு சொன்னேன். அதுக்காக இப்படியா என் தலைமேல இடிய எறக்குவீங்க? உங்கள என் சகோதரியா நெனச்சி கேக்கறேம்மா உங்க எண்ணத்த மாத்திக்கோங்கம்மா. இல்லன்னா சொல்லுங்க இருக்கவே இருக்கு ஏதாவது ஒரு ஆறோ குளமோ பாத்து என் உயிர மாய்ச்சிக்கிறேம்மா.''

``மாய்ச்சிகலாம். மாய்ச்சிகலாம். எல்லாரும் சாகாமலா இருக்கப் போறோம்''

தனித்தனியாக மோதிப்பார்த்துவிட்டாள் மிருதுளா. தற்போது சிங்கத்தை ஒன்றுகூடி எதிர்த்த மாடுகளாய் ஒன்றுகூடிவிட்டனர். மிருதுளாவிற்கு இது உச்சகட்ட சோதனைதான். ஆனாலும் சளைக்காமல் போராடி வெற்றிபெறுவது அவளின் இயல்பா யிற்றே. விட்டுவிடுவாளா என்ன?

``வருண் நான் சொல்றத கொஞ்சம் பொறுமையா கேளுங்க. திரும்பவும் பழையபடி ஊரு, ஒலகம், நியாயம், தர்மம்ன்னு பேச ஆரம்பிச்சிடாதீங்க. மாமா நம்மகூட சந்தோஷமாதான் இருக்காரு. ஆனா அத்தை, அதான் உங்கம்மா இருந்தப்ப இருந்த மாதிரி இப்ப முழு சந்தோசமா இல்ல.

``நாம சாப்பாடு போடலாம். மருந்து மாத்திரை வாங்கிக் கொடுக்கலாம். கவலை இல்லாம பாத்துக்கலாம். ஆனா ஒரு மனைவி இருந்து அன்பா, நட்பா, ஸ்பரிசமா தொட்டு உறவாடி கவனிச்சிக்கற மாதிரி நாம கவனிச்சிக்க முடியாது. உங்கப்பாவுக்கும் அதெல்லாம் இப்ப தேவைப்படல. அத்தை போன பிறகு அவரும் தன்போக்கையெல்லாம் மாத்திகிட்டு தன்வேலைகளை தானே செய்துகிட்டுதான் வாழுறாரு. ஆனா உங்கம்மா இருந்தப்ப இருந்த வாழ்க்கைய அவரால இப்ப வாழ முடியல.

``ஒரு பெண் மகளா, மருமகளா இருந்து உதவி செய்றதுக்கும், மனைவியா இருந்து தொண்டு செய்றதுக்கும் வித்தியாசம் இருக்கு. அதுக்காக அவரு நமக்கு பாரமா இருக்காரு, எதை யாவது செய்துவிட்டு நாம ஒதுங்கிக்கிலாம்ன்னு நெனச்சி

இத நான் சொல்லல. மீனாட்சியம்மா பாவம் இப்ப அனாதையா நிக்குறாங்க. சொந்த பந்தம் இல்லாத வாழ்க்கையில கட்டிகிட்ட கணவனும் கடன்வாங்கி குடிச்சி குடிச்சி உடம்ப கெடுத்துகிட்டு கடைசியில அனாதையா தவிக்க விட்டுட்டு போய்ச்சேர்ந்திட்டான். கடன்கள அடைக்கவும் வயித்துபாட்டுக்காகவும் நம்ம வீட்டுல பத்துபாத்திரங்கள கழுவிகிட்டு வயித்தையும் கழுவிகிட்டிருக்காங்க.

மாமாவுக்கும் ஒண்ணும் அதிக வயசாகிடல. நடுத்தர வயசிலேயே மனைவி இழந்துட்டு மனைவிக்குரிய அன்பை பெற முடியாம வாழ்க்கைய ஓட்டுறாரு. மீனாட்சியம்மாவ கட்டிவெச்சிட்டா மீதமிருக்கிற வாழ்க்கைய முழுசா சந்தோசமா வாழ்ந்திடுவாரு.

"மீனாட்சியம்மாவுக்கும் இழந்த வாழ்க்கைய மீட்டு சொந்த பந்தத்தோட வாழ வழி பிறக்கும். அதுவும் இல்லாம இன்னைக்கு சமுதாயத்துல புருஷன் இல்லாம ஒரு பொண்ணு வாழ்ந்தா என்னென்ன கஷ்டமெல்லாம் வரும்னு நான் சொல்லி தெரிஞ்சிக்க வேண்டியதில்ல. மகன் நீங்களும் மருமக நானுமே சம்மதிக்கிறோம். இதுல ஊரப்பத்தி உலகத்த பத்தி கவலை நமக்கெதுக்கு?

"ஊரு உலகத்துல அவவென் பொண்டாட்டி இருக்கும்போதே எப்படியெல்லாம் சீரழிஞ்சி கெடக்கான். ஒவ்வொருத்தி பட்டினத்தார் சொன்னமாதிரி நான் அப்படித்தான் இருப்பேன்னு தெரிஞ்சே சீர்கெட்டு வாழுறாளுங்க. இப்படிபட்ட ஊரு உலகத்த பத்திதான் நாம கவலைப்பட்டுகிட்டு இருக்கோம்."

'மாமா. நீங்க எங்களுக்கு பாரமா இருக்கறதா எப்பயும் நான் நெனக்கலை.'

'மீனாட்சியம்மா. உங்கள ஒரு நாளும் எளப்பமா நெனக்கல. நீங்க எங்க வீட்டு வேலைக்காரிய மட்டும் நெனக்கல. எங்க வீட்டுல ஒரு உறுப்பினராதான் பாத்தோம்.'

"என்னால எவ்வளவு முடியுமோ அவ்வளவு முயற்சிய பண்ணிட்டேன். இனிமே நீங்கதான் என் முயற்சிக்கு உதவனும். அவங்க ரெண்டு பேருக்குள்ளயும் ஒருத்தருக்கொருத்தர் துணையா இருக்கணும்னு எண்ணம் இருக்குங்க. ஆனா நாலு பேர் என்ன நெனைப்பாங்கன்ற பயம்தான் தடுக்குது. எனக்குத் தெரியுங்க.

ஒருத்தருக்கொருத்தர் உதவி செய்ஞ்சிகிறாங்க. ஒருவர் நெலை மைக்கு ஒருவர் பரிதாபப்படுறாங்க. அவங்க ரெண்டு பேருக் குள்ளயும் ஒண்ணு சேர்ந்து வாழணும்னு ஒரு ஏக்கம் இருக்கு. அன்பு இருக்கு. அதயெல்லாம் நான் கவனிசிக் கிட்டுதாங்க வர்றேன். இல்லனா எடுத்த எடுப்புலயே இப்படி கேட்பனா? அந்த தயக்கத்த அழிச்சிட்டாப்போதும். நாம்ப நெனக்கிற மாதிரி ரெண்டு பேரயும் சேர்த்து வெச்சிடலாம்.''

சொல்லி வைத்தார்போல பெரியவர் அருணாசலத்திற்கு உடல் நலம் இல்லாமல் போனது. மிருதுளா வீம்புக்கு அவரை கவனிக்க மறுத்தாள்.

மீனாட்சியம்மாதான் வேளாவேளைக்கு கஞ்சி காய்ச்சிக் கொடுக் கவும் நடுஇரவிலும் கண்விழித்து நேரத்திற்கேற்ற மாத்திரை மருந்துகளை கொடுக்கவும் செய்தாள். அவருடைய உடல் நலத் திற்காக அவளது குலதெய்வத்திற்கு விரதமிருந்து வேண்டிக் கொண்டாள்.

கழிவறைகளுக்கு கைத்தாங்கலாக அழைத்துச்சென்றும் அவரது துணிகளை துவைத்துக்கொடுத்தும் உதவினாள். முழுமையாக குளிக்க முடியாத நேரத்தில் வெதுவெதுப்பான நீரில் கதர்துணியை நனைத்து உடல்முழுதையும் கூச்சப்படாமல் துடைத்துவிட்டாள். அவளது அன்பான கவனித்தலும் மருத்துவமும் சேர்ந்து பெரியவர் அருணாசலம் சீக்கிரமே நலமானார்.

தான் விரைவில் நலம் பெற உதவிய மீனாட்சியம்மாவின் தியாகங் களை எண்ணி பெரியவர் அருணாசலமே வாயைத்திறந்து கேட்டு விட்டார் 'எனக்கொரு தாயாக வருவாயா மீனாட்சி?' என்று.

இந்த முறை மீனாட்சியம்மாவுக்கும் மறுத்துவிட மனமில்லை.

''மிருதுளா... கொஞ்சம் காபி எடுத்துகிட்டு வாம்மா.''

மீனாட்சியம்மாள் மாமியாருக்குரிய தோரணையுடன் கேட்டாள்.

ஒரு கொலைகாரனின் மனசாட்சி

அந்த பரபரப்பான நெடுஞ்சாலையில் ஒரு இளைஞன் மட்டும் நடந்து கொண்டிருந்தான். சிட்டுக்குருவிகளைப் போல பஸ்களும் கார்களும் லாரிகளும் பைக்குகளுமாய் அதனதன் பாதையில் விர்... விர்ரென்று பறந்துகொண்டிருந்தன.

அவன் மட்டும் சாலையோரமான நடைபாதையில் நடந்து கொண்டிருந்தான். வறுமையும் வெறுமையும் அவனை வெகு வாக பாதித்திருந்தன. திசை தெரியாது பறக்கும் ஒரு பறவை யின் மனநிலையில் அவன் கால்கள் தன்னிச்சையாக நடந்து கொண்டிருந்தன. அவன் மனத்தில் அலைஅலையான எண்ண திரட்சிகள் அலைமோதிக் கொண்டிருந்தன.

மூன்று மாதத்திற்கு முன்பு வரை கவலைகள் ஏதுமற்ற சந்தோஷப் பறவையாய் வானம் வரை பறந்து திரிந்தவன் இன்று இப்படி வெறுமையில் திரிகிறான்.

அவன் அப்பா ஓர் அரசு அலுவலகத்தில் உயரதிகாரியாய் பணிபுரிந்தார். எதிலும் நேர்மையும் தூய்மை கொண்ட ஃபர்பக் சனிஸ்ட். இத்தனைக்கும் நன்றாக பக்க வருமானம் வரக்கூடிய பதவியில்தான் இருந்தார். அவருக்கு முன்பு பதவியில் இருந் தவர்கள் எல்லாம் அந்த விளைச்சலை சரியாக அனுபவித்தார்கள். ஆனால் இவர் மட்டும் அதெல்லாம் வேண்டாமென கொள்கை தீரராகவே இருந்துவிட்டார்.

பக்கத்து டேபிள் ஆபிஸர்கூட எவ்வளவோ தெளிவுபடுத்திப் பார்த்தார்.

சார். "நீங்க கொஞ்சம் காலத்துக்கு ஏத்தமாதிரி நடந்துகிட்டா நல்லது சார். உங்க பதவியோட வேல்யூ உங்களுக்குத் தெரியல சார். நீங்க மட்டும் கொஞ்சம் நீக்குபோக்கா நடந்துகிட்டா அதுவா வந்து கொட்டும் சார். தேனழிக்கிற வேலையில இருந்துகிட்டு கைய கொஞ்சமாவது நக்கலன்னா எப்படி?

நீங்க உங்க கையாலகூட தொடவேண்டாம். உங்க ப்யூன்கிட்ட விட்டுடுங்க. நீங்க வர்ற ஃபைல்களை குறைகள பார்க்காம கையெழுத்துப்போட்டு அனுப்பிட்டா போதும் மத்தத அவன் பாத்துக்குவான். உங்க பங்கு வீட்டுக்கே வந்திடும். யோசிச்சி பாருங்க சார். கைக்கு வர்ற லட்சுமி யாராவது வேணாம்னு சொல்லுவாங்களா? கல்யாண வயசுல ஒரு பொண்ணு வேற இருக்கு. பையனையும் நல்ல காலேஜ்ல சேக்கணுமில்லையா? இதுக்கெல்லாம் மாச சம்பளத்தையே நம்பிகிட்டிருந்தா எப்படி? பக்க வருமானமும் தேவைப்படுதில்ல?''

''ஏன்ய்யா இப்படி கெட்டவங்களுக்கு உதவுறதுக்கா நான் படிச்சிட்டு இந்த பதவிக்கு வந்தேன்? எங்க அப்பா யாரு தெரியுமா? சுதந்திர போராட்டத்துல சுபாஷ் சந்திரபோஸோட இராணுவத்தில இருந்தவரு. தன் உயிர் இருக்கிற வரைக்கும் நேர்மையும் தூய் மையும் வாய்மையும் கொண்டு வாழ்ந்தவரு. நாட்டுக்காக சுதந்திர போராட்டத்துல கலந்துகிட்டு உயிர விட்ட தியாகியோட புள்ளையா நான். தப்பானவங்களுக்கு உதவி செஞ்சி, குறுக்கு வழியில சம்பாதிகிறவிட சாகுறதே மேலுயா.

''அப்படியே சம்பாதிச்சாலும் ஒரு நாள் இல்ல ஒரு நாள் மாட்டிகிட்டு எங்கப்பாவுக்கும் என் குடும்பத்துக்கும் அவமானத்த தேடி தரணுமாய்யா? சொல்லுய்யா? நாம கஷ்டப்பட்டு படிச்சி இந்த பதவிக்கு வந்தது இப்படி பட்ட திருட்டு வேலைகளை செய்யவா? நாலு நல்ல மனுசாளுக்கு ஏழை பாழைகளுக்கு நம்மாலான உதவிகள செய்யணும்ய்யா. தெரியுமில்லா, பாலு காசு பாலோட தண்ணி காசு தண்ணியோடத்தான்ய்யாப் போகும்'' என்று அவருக்கே உபதேசிக்க ஆரம்பிச்சிட்டார்.

அவர் 'இது தேர்றாப்போல இல்ல' என்று சக அலுவலரிடம் உதட்டுச் சைகை காட்டினார்.

அப்படிபட்ட நேர்மையான அதிகாரியான அப்பா மூன்று மாதத் திற்கு முன் அடையாளம் தெரியாத நபரால் கொலை செய்யப் பட்டு கிடந்தது அவர்கள் வாழ்க்கையில் பேரிடியாய் விழுந்தது.

மாதச் சம்பளத்தைத் தவிர வேறேதும் அறியாத நேர்மையாளரான அப்பா வீட்டுப்பொருட்களையும் மாதத்தவணையில் வாங்கி

இருந்தார். குடியிருக்கும் சிறிய வீடும் வங்கிக்கடனில் கட்டப் பட்டதுதான். தங்கையின் திருமணமும் பேசி நிச்சயிக்கப்பட்ட நேரத்தில்தான் அவர் கொலை செய்யப்பட்டார்.

கொலை செய்தவர்களை காவல்துறை வழக்குப் பதிவு செய்து இன்னமும் தேடுகிறது.

சொற்ப வருமானத்தில் நேர்மையாக வாழ்ந்தவர் இறந்துவிட்ட பிறகு அந்த சொற்ப வருமானமும் இல்லாமல் போய்விட்டது. அவரது மரணத்திற்குப் பிறகு அவரது குடும்பத்திற்கு கிடைக்க வேண்டிய பணமும் கடன்களை பாதி தீர்க்கவே சரியாகிப் போனது. மாப்பிள்ளை வீட்டார்க்கு செய்வதாய் சொன்ன சீர் செனத்தி வரதட்சணையும் கொடுக்க முடியாமல் கல்யாணமும் நின்றுபோய்விட்டது. கடன்காரர்கள் எல்லாம் மீதிக்கடனையும் திருப்பி கொடுக்கச் சொல்லி இரவும் பகலுமாய் வீட்டை முற்றுகை இடுகின்றனர்.

அவன் படிப்பை பாதியிலேயே நிறுத்திவிட்டு வேலையை தேடி அலையும் நிலைக்குத் தள்ளப்பட்டுவிட்டான். வேலையும் கிட்டியபாடில்லை. குடும்பமே துன்பச்சுழலில் சிக்கித் தவிப்பதை மனதிற்குள் எண்ணியவனாக அவன் நடந்துகொண்டிருக்கிறான்.

அந்த நெடுஞ்சாலையில் வாகனங்கள் எல்லாம் சிட்டுக்குரு வியைப் போல பறந்துகொண்டிருந்தன.

திடீரென ஒரு பெரும்மோதல் சத்தம் கேட்டு திரும்பிப்பார்த்தான். ஒரு இரு சக்கர வாகன ஓட்டியை கார் ஒன்று இடித்து தள்ளிவிட்டு வேகமாக நிற்காமல் பறந்துவிட்டது.

இருசக்கர வாகன ஓட்டி தூக்கியெறியப்பட்டு வண்டி ஒருபுறமும் அவன் ஒருபுறமுமாக விழுந்துக்கிடந்தான். வண்டியில் இருந்த எச்சரிக்கை விளக்கு விட்டுவிட்டு எரிந்துகொண்டிருந்தது. சிதறிய வண்டியின் பாகங்கள் உடைந்து சிதறிக்கிடந்தன.

வாகனத்தில் சென்றவர்கள் எல்லாம் சாலையின் அந்த இடத்தை மட்டும் விட்டுவிட்டு ஒதுங்கி ஒதுங்கி சென்றுகொண்டிருந்தனர். ஒரு சிலர் பரிதாப பார்வையை ஒருநொடி செலுத்திவிட்டு சென்றுகொண்டிருந்தனர்.

சாலையில் நடந்து கொண்டிருந்த இளைஞன் மட்டும் ஓடிச் சென்று அவனை தொட்டுப்பார்த்தான். உடலெங்கும் பலத்த அடிப்பட்டதால் இரத்தமும் சிராய்ப்புகளுமாய் பலத்த அடிபட்டு மயங்கிக்கிடந்தான் வாகன ஓட்டி. நல்லவேளை சுவாசம் மட்டும் இருந்தது தெரிந்தது.

சாலையில் நடந்துகொண்டிருந்த மற்றும் சிலர் கூட்டம் கூடி விட்டனர். சிலர் அடிபட்டவனுக்காய் பரிதாபப்பட்டும் மற்றும் சிலர் தங்கள் தொலைபேசிகளில் படம்பிடித்து "பயங்கர விபத்து நேரடி காட்சிகளை" வாட்ஸ்அப் பேஸ்புக்குகளில் ஒளிபரப்பு செய்து லைக்குகளை அள்ளிக்கொண்டிருந்தனர்.

ஒரு நபர் தம்பி. உனக்கெதுக்குப்பா வீண் வம்பு? அடிபட்டவர் உங்க சொந்தமா என்றார். அவன் பதிலேதும் சொல்லவில்லை. இல்லப்பா நாளைக்கு போலீஸ் விசாரணை கேசுன்னு அலைய வேண்டியிருக்கும் என்று பழைய எச்சரிக்கை நீதியைப் போதித் துக்கொண்டிருந்தார்.

அவன் எதற்கும் கவலைப்படாமல் அடிபட்டவனுக்கு தன் பையிலிருந்த பாட்டில் தண்ணீரை ஊட்டினான். அதற்குள் விஷயம் தெரிந்து போலீசும் ஆம்புலன்சும் வந்துவிட்டது. போலீசை கண்டவுடன் கூட்டம் தெறித்து ஓடிவிட்டது. அவன் மட்டும் அடிபட்டவனின் அருகிலேயே நின்றான்.

காவல் துறையின் வழக்கமான படம் வரைதலுக்குப்பின் ஆம் புலன்ஸ் பணியாளர்கள் ஓடி வந்து அடிபட்டவனை ஸ்டெக்சரில் படுக்கவைத்து தூக்கிச்சென்று ஆம்புலன்சில் ஏற்றினர்.

'தம்பி. நீ கூட வர்றீயா?' என்றதும் அவனும் உடன் ஏறிக் கொண்டான்.

அடிபட்டவனுக்கு நாற்பது நாற்பதைந்து வயதிருக்கும். நல்லா திடகாத்திரமான உடல். தலையிலும் முகத்திலும் முடி வளர்ந்து இருந்தது. பார்ப்பதற்கு ரவுடி போல இருந்தான்.

மருத்துவமனைக்குள் ஆம்புலன்ஸ் சென்றதும் பரபரப்பாக இறக்கப்பட்டு அவசர வார்டுக்குள் அனுமதிக்கப்பட்டான். காயங் களை துடைத்து கட்டுக்களைப்போட்டு அனைத்துவிதமான மருத்துவ இணைப்புகளும் அவன் உடம்போடு இணைக்கப்பட்டு குளுக்கோஸ் செலுத்தப்பட்டுக்கொண்டிருந்தது.

வெளியே வந்த டாக்டர், “பேசண்ட்டோட வீட்டுக்கு தகவல் சொல்லியாச்சா?” என்றார்.

“சொல்லியாச்சிங்க டாக்டர். வந்திகிட்டு இருக்காங்க” என்றார் உதவியாளர்.

“பேசண்ட்டுக்கு எவியா அடிபட்டிருக்கு. பிளட் லாசும் எவியா ஆகியிருக்கு. இன்னும் கிரிட்டிக்கல் கண்டிசன்லதான் இருக்காரு. நம்மாலான எல்லா முயற்சியையும் எடுத்துகிட்டு இருக்கோம். காட் இஸ் கிரேட்” என்றார் டாக்டர்.

“பேசண்டுக்கு இமிடியேட்டா ஓ பாசிடிவ் இரத்தம் தேவைப் படுது. பிளட் பேங்க்லயும் இப்ப ஸ்டாக் இல்ல. என்ன பண்றதுன்னு தெரியல. அவங்க சொந்தக்காரங்க வந்தா உட னடியா ஏற்பாடு பண்ண சொல்லுங்க” என்றார்.

அதை கேட்டுக்கொண்டிருந்த இளைஞன் “டாக்டர். என்னோ டதும் ஓ பாசிடிவ் இரத்தம்தான். வேணும்னா என் இரத்தத்தையே எடுத்துகுங்க. நான் முழுவிருப்பத்தோட இரத்தம் தர தயாரா இருக்கேன்” என்றதும்

டாக்டர், “வெரிகுட் இமிடியட்டா இரத்தம் தர எல்லா ஏற்பாடுகளையும் பண்ணுங்க” என்று உதவியாளர்களை முடுக்கிவிட்டார்.

அடுத்த அரைமணி நேரத்திற்குள் இளைஞனின் இரத்தம் அடி பட்டவனுக்கு செலுத்தப்பட்டுக்கொண்டிருந்தது. அதற்குள் அடி பட்டவனின் சொந்தங்கள் எல்லாம் மருத்துவமனைக்கு பதறி துடித்து ஓடி வந்திருந்தனர்.

நர்ஸ் அவர்களுக்கெல்லாம் மரண ஆபத்தின்மையும் சிகிச்சை முன்னேற்றத்தையும் எடுத்துக்கூறியதால் பதற்றம் தணிந்து உயிர் பிழைக்க எல்லா கடவுள்களுக்கும் பிரார்த்தனைகளை அடுக்கிக் கொண்டிருந்தனர்.

ஒரு சில நாட்களில் அடிபட்டவன் உயிர் பிழைத்தெழுந்தான். மருத்துவர் அவன் உயிர்ப்பிழைத்தது அதிசயம் என்றும் அவனுக்கு அடிபட்டதிலிருந்து ஆம்புலன்சுக்கு போன் செய்து முதலுதவி செய்து கூடவே மருத்துவமனைக்கும் வந்து இரத்தம் கொடுத்து காப்பாற்றிய இளைஞனைப் பற்றியும் கூறினார். சொந்தக்காரர்

களும் அவன் உயிர்பிழைத்ததையும் பிரார்த்தனை நிறைவேறி யதையும் எண்ணி கடவுளுக்கு நன்றி சொல்லிக் கொண்டிருந்தனர்.

நர்ஸ் இரத்தம் கொடுத்து உதவிய இளைஞன் தன் பர்ஸை மறந்து விட்டுவிட்டு சென்றதாகக்கூறி அந்த பர்ஸைக் கொடுத்தார்.

தனக்கு இரத்தம் கொடுத்த இளைஞனின் பர்ஸை வாங்கிப் பார்த்தவனுக்கு அதிர்ச்சியாய் இருந்தது.

அடிபட்ட வலியைவிட அடிநெஞ்சின் வலி அவனுக்கு அதிக மாய் இருந்தது. சிலநாட்களில் மருத்துவமனையிலிருந்து டிஸ் சார்ஜ் ஆனதும் உடல் நலம் சற்று தேறியவன் இரத்தம் கொடுத்து உதவிய இளைஞனின் வீட்டிற்கு தன் சொந்தங்களுடன் போனான்.

அவனையும் அவன் வீட்டின் சூழலையும் கண்டதும் குலுங்கி குலுங்கி அழுதான்.

“இப்பதான் நீங்க பொழைச்சிகிட்டீங்களே. அப்புறம் ஏன் அழுறீங்க? கவலைப்படாதீங்க. உங்களுக்கு வேற ஏதாச்சும் உதவி தேவைப்பட்டாலும் கேளுங்க. என்னால முடிஞ்சதா செய்றேன்” என்றான்.

வந்தவன் “தம்பீ. என்னை மன்னிச்சிடுங்க தம்பீ” என்று வெடித்து அழுதான்.

“உங்கப்பாவ கொலை பண்ண கொலைகாரன் நான்தான் தம்பி. ஊழல் ஒப்பந்தக்காரன் ஒருத்தனுக்கு உங்கப்பா ஒப்பந்தம் கொடுக் கலன்னும் இலஞ்சம் கொடுத்தாலும் வாங்கிக்கல்லன்னும் சொல்லி கொலை பண்ணிடச்சொல்லி காசு கொடுத்தாங்க.

“இந்த கையாலதான் பாவி நான் உங்க அப்பாவ கொலைப் பண்ணேன் தம்பி. ஆஸ்பத்திரியில நீங்க விட்டுட்டு வந்த பர்சுல உங்க போட்டோவும் உங்கப்பா போட்டோவையும் பார்த்துதான் தெரிஞ்சிகிட்டேன் தம்பி.

“நேர்மையான அதிகாரியான உங்கப்பாவ கொன்னு உங்க குடும்பத்தையே நடுத்தெருவில நிறுத்தின என்னை அடிபட்டு கிடக்கும்போது நடுதெருவிலேயே விட்டுட்டு போகாம, தூக்கி இரத்தம் கொடுத்து காப்பாத்தி இருக்கியே தம்பி. உன் கையாலயே என்ன கொன்னு பழிதீத்துக்க தம்பி” என்று அவன் கையை பிடித்து தன் கழுத்தில் வைத்து அழுத்தினான்.

அவன் விரக்தியோடு "யார கொன்னு என்ன ஆகப்போகுது? எங்கப்பா திரும்பி வந்துட போறாரா? எங்க கஷ்டந்தான் விலகிடப் போகுதா?" என்றான்.

"தம்பி. நான் ஒரு முடிவோடதான் வந்திருக்கேன் தம்பி. நேரா போலீஸ் ஸ்டேசன் போயி என் கொலைய ஒப்புகிட போறேன் தம்பி. அந்த ஊழல் ஒப்பந்தக்காரனுக்கும் தண்டணை வாங்கித்தரப் போறேன் தம்பி.

"அதுக்கு முன்ன உங்க குடும்பத்துக்கு நான் பண்ண கொடுமைக்குப் பிராயச்சித்தமா இதுவரைக்கும் நான் சம்பாதிச்ச பணத்தையெல்லாம் உங்ககிட்ட கொடுத்துடலாம்ன்னுதான் வந்தேன் தம்பி. இந்த பணத்த வைச்சி நின்னுபோன உங்க தங்கச்சி கல்யாணத்த நடத்துங்க. மறுக்காம ஏத்துக்குங்க தம்பி" என பணத்தைக் கொட்டினான்.

"ஹிக்கும். உங்க பணம் எனக்கு எதுக்கு? நேர்மையாகவும் தூய்மையாகவும் வாழ்ந்திகிட்டிருந்த எங்கப்பாவே எங்கள விட்டு போனபிறகு? எனக்கு ஒரு தனியார் கம்பெனியில வேலை கெடைச்சிருக்கு. எங்கப்பாவோட நேர்மையும் தூய்மையும் எங்ககூட இருக்கிற வரைக்கும் எங்களுக்கு ஒரு குறையும் வராது" என்று சுவற்றில் மாட்டிய போட்டோவில் அப்பாவின் கம்பீரத்தைப் பார்த்து மகிழ்ந்து நின்றான்.

சாதனை

“உலகமெலாம் ஒரு கணத்த எதிர்பார்ப்பில் உறைந்து நிற்கிறது. உலகெங்கும் வாழும் மக்களனைவரும் அந்த அறிவிப்புக்காக காத்து நின்றனர். அடுத்த சில நொடிகளில் அந்த மாபெரும் சாதனைக்கான அங்கீகாரம் அறிவிக்கப்படவிருக்கிறது.

ஒரு செயற்கையான மௌனம் அந்த சபையில் சூழ்ந்து கணத்தது. சருகு விழும் ஓசை கேட்டு சிற்றெரும்பொன்று பூகம்பம் விளைந்து விட்டதென அலறியடித்து ஓடும் மௌனம். எப்போதோ திரண்டு கணத்த ஒரு துளி நீர் சொட்டும் ஓசை பெரிய அருவி உடைந்தொழுகும் பேரரவமாக கேட்கும்படியான மௌனம். ஒரு தும்பி பறந்து செல்வது விமானத்தின் பேரிரைச்சலாய் கணக்கும் மௌனம்.

விருது அறிவிப்பாளர் கையில் அந்த மாபெரும் கொண்டாட் டத்தின் இரகசியம் ஒளிந்திருந்தது. அதை அவர் அணைக்கட்டை திறந்துவிடும் அமைச்சரின் பெருமிதத்தோடு பிரித்து வாசித்தார்.

“அடுத்த விருது மாற்றுத்திறனாளிகளுக்கான வாழ்வியல் எளிய உபகரணங்களை உருவாக்குவதிலும், அவர்களுக்கான கணிணி எழுத்துரு மற்றும் செயலிகளை உருவாக்குதலிலும் தலைசிறந்து விளங்கிடும் கண்டுபிடிப்புகளுக்கான சாதனை விருது, ஒரு இந்தியருக்கு குறிப்பாக ஒரு தமிழருக்கு மிகக்குறிப்பாக ஒரு மாற்றுத்திறனாளி இளைஞருக்கு வழங்கப்படுகிறது. அந்த இளைஞர் வேறு யாருமில்லை தி ஒன்அண்ட் ஒன்லி ‘பரமேஷ் திவாகரன்’ என்று கூப்பாடு போட்டார்.

அந்த சபை மட்டுமல்ல உலகமே ஒரு சபையாக அந்த அறி விப்பைக் கேட்டு கைத்தட்டி ஆரவாரித்தது. அடுத்த சில நொடிகளில் உலகெங்கும் உள்ள மீடியாக்கள் ப்ரேக்கிங் செய் தியாக அந்தப் பெயரை வரலாற்றுப் பதிவாக்கிக்கொண்டிருந்தன.”

பரமேஷின் அம்மா சாதனாவின் கண்களில் உலகையெல்லாம் எதிர்த்து வென்றுவிட்ட வெற்றியின் பெருமித வெறி ஊறிய கண்ணீர்த் திவலைகள் மூடி மறைத்தன.

இருபதாண்டு போராட்டத்தின் வெற்றி.

இருபதாண்டு தவத்திற்கான வரம்.

இருபதாண்டுகளாய் வசவுகளைக் கேட்டு கேட்டு கணத்து துரு வேறிய காதுகளுக்கு இன்பத் தேன்பாய்ச்சல்.

பரமேஷ் அவள் வயிற்றில் உருவானபோதே ஸ்கேன் ரிப்போர்ட் அவளுக்கு பேரிடியாக இருந்தது.

'பேபி எலும்பு வளர்ச்சி இல்லாம இருக்கு. நிச்சயமா எழுந்து நடமாடவோ இயங்கவோ முடியாது. ஸோ.. சாய்ஸ் இஸ் யுவர்ஸ்.'

அவ்வளவுதான்.

கணவன், மாமியார், மாமனார், நாத்தனார் மட்டுமில்ல அவளோட அம்மாவும் அப்பாவும் கூட 'இது வேண்டாம்மா... கலைச்சிடலாம்' என்றவுடன் அது அவள் தலையில் பேரிடியாய் விழுந்தது.

'அந்த காலத்துலதான் இப்ப இருக்கிற மாதிரி ஸ்கேனிங் வசதியெல்லாம் இல்ல. இப்பதான் எல்லா வசதியும் வந்திருச்சே' என்று ஆரம்பித்தார்கள்.

'கல்யாணம் ஆகி இது ஆறாவது வருஷம். முதல்ல வயித்துல ஒரு புழு பூச்சி கூட இல்ல.' என்று குறைசொன்னவர்கள், இப்போது இதை பிடித்துக்கொண்டார்கள்.

பொழுது விடிந்தாலும் முடிந்தாலும் ஒரே பேச்சு.

வேட்டைப்புலிகளின் நடுவில் சிக்கிக்கொண்ட மானின் நிலை தான் சாதனாவுக்கு.

அவர்களெல்லாம் வேண்டாம் 'வேண்டாம்' என்று பேசப்பேசத் தான் அவளுக்குள் 'வேண்டும்' என்ற வைராக்கியம் தலைதூக்கி நின்றது. 'இதை நான் வளர்த்தே தீருவேன். பெற்றெடுத்து பெருஞ் சாதனையாளனாக ஆக்குவேன்' என்று வலிந்து நின்றாள்.

உறவினர்கள் மட்டுமில்லாமல் வீட்டிற்கு வருபவரும் போகின் றவர்களும் கூட கலைத்துவிட இலவச ஆலோசனையைத் தந்துச் சென்றனர்.

உங்களுக்கெல்லாம் ஒரே பதில்தான் ‘இதை நான் பெற்றெடுத்தே தீருவேன். இது என் பிள்ளை. என் வாரிசு. அது குருடானாலும் முடமானாலும் கவலையில்லை. நான் பெற்றெடுத்து வளர்த்தே தீருவேன். இதில் யாருடைய அனுமதியும் எனக்குத் தேவை-யில்லை’ என்று உறுதிகொண்டாள்.

“சே... படிச்ச பொண்ணாச்சே புரிஞ்சுக்குவான்னு நெனைச்சது தப்பா போச்சி. இவ்வளவு புடிவாதக்காரின்னு தெரிஞ்சிருந்தா எம்புள்ள வாழ்க்கைய நானே கெடுத்திருக்க மாட்டேன்னே. என்று தலைமீது அடித்துக்கொண்டு அழுதாள் மாமியார்.

கணவன் எதுவும் பேசாமல் வெறுமனே நின்றான்.

நாளாக நாளாக டாக்டர்கள் கொடுத்த மருந்து மாத்திரைகளைக் கூட சந்தேகத்துடன் உட்கொள்ள மறுத்தாள்.

பிரசவ நாளும் வந்தது.

மருத்துவர்கள் கணித்ததைப் போல் ஊனமான பிள்ளை, அதுவும் ஆண்பிள்ளை பிறந்தான்.

செந்தாமரை மலரைப்போன்ற அழகான தோற்றம். தாயை குடல் விளக்கம் செய்ய வந்த தாமோதரன். இவன் என் வயிற்றில் பிறப்பதற்கு நான் என்ன தவம் செய்தேனோ? இருந்தும் என்ன செய்ய ஆண்டவன் சோதிக்கின்றானே என்று தளர்ந்து விட வில்லை.

வயிற்றில் வளர்த்ததைவிட குழந்தை பிறந்த பிறகு காப்பது அவளுக்கு பெரும் சவாலாக இருந்தது. உள்ளூர் மருத்துவச்சி மூலம் முடித்துவிட எவ்வளவோ முயற்சி செய்தனர்.

அவள் பெண்ணாய் பிறந்துவிட்ட எத்தனையோ பிள்ளைகளின் கதையை கள்ளிப்பாலையோ நெல் கலந்த பாலையோ கொடுத்து எளிதாக முடித்துவைத்த அனுபவசாலி.

சாட்சாத் அந்த கண்ணன் வளர்வதற்குள் தன்னை அழிப்பதற் கான எத்தனை சதிகளை முறியடித்தானோ அத்தனை சோதனை களையும் பரமேஷ் சந்தித்துவிட்டான்.

“அத ஏன் கேட்குற கமலா? ஊர் உலகத்துல இல்லாத புள்ளைய இவ மட்டுந்தான் பெத்துட்ட மாதிரி அத கவனிச்சிக்குறா. ஊனமா பொறந்தத ஒருநாள் துன்பமா முடிச்சிடுடி. உனக்கு என்ன வயசா போயிடிச்சி? மூணு மாசம் ஆறுமாசம் கழிச்சி புருசனோட சந்தோசமா இருந்தா நல்ல புள்ளையா பெத்துக்கிடலாம்னு எவ்வளவோ சொல்லி பாத்துட்டோம். ஊகூம். அது என்னமோ நாம சொல்ல சொல்லதான் இன்னும் வைராக்கியமா வளக்குறா.

“ஒரு நிமிஷம் கூட அத விட்டு பிரியறது இல்ல. வாயில இருந்து வழியிற எச்சிலை தொடைக்குறதும், அதுங் கன்னத் தோட கன்னம் வச்சி கொஞ்சுறதும், அதுவும் இவளும் மட்டும் என்னமோ மௌன பாஷையில பேசி கொஞ்சிகிறதும், அதுங் ஒண்ணு ரெண்ட கிளீன் பண்றதும் மட்டும்தான் அவ வாழ்க்கையின்னு வாழ்ந்துகிட்டு இருக்கா” என்று மாமியார் அலுத்துக்கொண்டாள்.

எல்லாத்துக்கும் மேல புருஷன் கூட பேசவோ பழகவோ மாட் டேங்கிறா. புருஷன் வேண்டாம் புள்ள மட்டுமே போதும்ன்னு வாழ்ந்துகிட்டு இருக்கா.

இதனால சொந்த பந்தங்களும், அக்கம் பக்கத்துல இருக்குறவங்க கூட அவர்களை மதிக்கிறதில்ல. ஒரு நல்லது கெட்டதுக்கு யாரும் வர்றதும் இல்ல. அவங்க வீட்டு விஷேசத்துக்கும் கூப்புடறதும் இல்ல. இந்த புள்ளையால ஒதுக்கியே வச்சிட்டாங்க.

“பாவம் என் புள்ள இந்த பைத்தியக்கார பொண்ண கட்டிக்கிட்டு என்ன சொகத்த கண்டான்? ஊரு உலகத்துல இருக்கிற பொறுக்கி பசங்க மாதிரி குடி கூத்தியின்னு திரியறவனா இருந்தா இவள எப்பவோ துரத்திவிட்டிருப்பான். என் வளர்ப்பு அப்படி” என்று பெருமைப்பட்டுக்கொண்டிருந்த மாமியாரின் பேச்சைக் கேட்டு கொதித்தெழுந்தாள் சாதனா.

“இப்பவும் ஒண்ணும் கெட்டுப்போகல அத்தை. உங்க சந்தோ ஷமான வாழ்க்கைக்கு நானும் என் பிள்ளையும்தான் தடையா இருக்கிறோம்னா இப்பவே நாங்க வீட்டவிட்டு போயிடுறோம். நீங்க எந்த தடையும் இல்லாம விருப்பப்பட்ட சந்தோசமான வாழ்க்கைய வாழுங்க” என்று கோபித்துக்கொண்டு பரமேஷை தூக்கிக்கொண்டு தாய்வீட்டுக்கு வந்தவள்தான்.

இருபது ஆண்டுகளாய் கடுந்தவம் புரிந்து சாதித்துவிட்டாள். இடை யிடையே கணவன் மட்டும் வந்து தலையைக் காட்டி விட்டுச் சென்றான்.

சற்றே வளர்ந்த பரமேஷின் வாழ்வு வீல்சேர் வண்டியும் அம்மா வும் பாட்டி வீடுமே உலகமாக இருந்தது. அம்மா சாதனாவே செவிலியாய் ஆசானாய் அனைத்துமாய் இருந்து வளர்த்தாள்.

பரமேஷ் தொலைக்காட்சி மற்றும் அம்மாவின் தனிக்கவனத் துடன் கூடிய கற்பித்தல் போன்றவற்றால் இயல்பான பிள்ளை களைவிட கூடுதல் திறன்களை உடையவனாக மாறினான்.

கணிப்பொறி, இணையம் போன்றவற்றிலும் அம்மாவின் துணை யோடு புதிய புதிய சிந்தனைகள், புதிய புதிய கண்டுபிடிப்புகள் என கலக்க ஆரம்பித்துவிட்டான். எல்லாவற்றிற்கும் மணி மகுடமாக மாற்றுத்திறனாளிகளுக்கான வாழ்வியல் எளிய உப கரணங்களை உருவாக்குவதிலும் அவர்களுக்கான கணிணி எழுத் துரு மற்றும் பயனுள்ள செயலிகளை உருவாக்குதலிலும் தலை சிறந்து விளங்கினான்.

ஹவ் டு மேக் லைப் ஈஸி, லைப் கேன் பி வொர்த் லிவிங்,பீனிக்ஸ் ரிட்டன் போன்ற ஆங்கில நூல்களையும் எழுதியிருக்கிறான்.

எந்த ஊர் உலகம் அவளை ஒரு பைத்தியக்காரி என்றதோ, அந்த ஊர் உலகமே இன்று அவளை கொண்டாடி தீர்க்கிறது. எந்த பிள்ளையை வேண்டாத பயனற்ற ஜடமாக நினைத்தார்களோ அந்த பிள்ளை இன்று உலகமே மெச்சி கொண்டாடும்படி வாழ்ந்து காட்டியிருக்கிறான்.

எங்க மாநிலத்துக்காரன், எங்க இனத்துக்காரன், எங்க ஊர்க் காரன், எங்க தெருக்காரன், எங்க பக்கத்துவீட்டுக்காரன், எங்க சொந்தக்காரன் என பெருமையில் நெருங்கி வருகின்றனர். வெறுத்தவர்களையும் விரும்ப செய்துவிட்டான் பரமேஷ்.

சாதனா சாதனை புரிந்துவிட்டாள்.

இருமுகன்

“வெல்டன் மிஸ்டர் வசந்தன். இன்னைக்கு போர்டு மீட்டிங்கில என்னம்மா ஒரு ஸ்பீச் கொடுத்தீங்க. பாரின் கிளைன்ட்டெல்லாம் கூட உங்க ஸ்பீச்ச கேட்டு அசந்துபோயிட்டாங்க. நாங்களும் ‘எம்முளும் உளனொருவன்னு பெருமை பட்டோம். என்ன ஒரு கிளியர் வியூ உங்களது. ம்.. கீப் இட் அப் வசந்தன்” என்று கைகளை குலுக்கியபடி பாராட்டினார் கம்பெனி முதலாளி.

“தேங்கியூ சார். உங்க பாராட்டுக்கெல்லாம் நான் தகுதியுடையவனான்னு எனக்கேத் தெரியல சார். நம்ம முன்னோர்கள் வானியல்ல மட்டுமில்ல சார். வாணிகத்திலயும் சிறந்து விளங்கினவங்கதான் சார். அவ்வளவு ஏன் மிகச்சிறந்த அரசியல் இலக்கணமான அர்த்த சாஸ்த்திரம் தந்தது நம்ப நாடுதான் சார். திருக்குறள் இருக்கே அது ஒண்ணு போதும் சார். மனிசனோட பிறப்பில இருந்து இறப்பு வரைக்கும் ஏன் சொர்க்கத்த அடையற வரைக்கும் எல்லாத்துக்கும் இலக்கணம் சொல்லுதுங்க சார்.

“என்னை கேட்டா எல்லா துறையில இருக்கிறவங்களும் தொழில்நுட்ப அறிவோட இலக்கிய அறிவையும் கட்டாயமா வளத்துக்கணும். ஏன்னா விஞ்ஞானத்தால தொழில்நுட்பத்தால தீர்க்கமுடியாத சில பிரச்சனைகள்ல நாம முழிச்சிகிட்டு நிற்கும் போது, இலக்கியங்கள புரட்டினா அவைகளுக்கு நல்ல தீர்வு கிடைக்கும் சார். தமிழ்ல இருக்கிற விடுகதைகள், பழமொழிகள், தனிப்பாடல்கள், நீதி நூட்களையெல்லாம் கட்டாயமா நாம எல்லாரும் படிக்கணுங்க சார். ஆனா நம்ப நாட்டுல விஞ்ஞான தொழில்நுட்பத்துக்கும் தமிழ் இலக்கியத்திற்கும் சம்பந்தமில்லன்னு நெனைக்கிறாங்க. பள்ளி படிப்போட தமிழ் இலக்கியத்த மூட்டை கட்டிடறாங்க. ஆனா தொழில்படிப்புபோட இலக்கியத்தையும் கற்கணும் சார். அத வெறும் பயன்பாட்டு ரீதியில மட்டும் பார்க்கக்கூடாது சார். நுட்பமாக சிந்திக்க இலக்கிய அறிவும் பயன்படும்னு இங்க யாருக்கும் ஏனோ விளங்க மாட்டேங்குது அதான் சார் பிரச்சனை.

“அப்பா, இங்கயும் ஒரு லெக்சர் கொடுத்திட்டீங்க. ஓகே கோ அகெட். நம்ம கம்பெனியோட வளர்ச்சிக்குத் தொடர்ந்து பாடுபடுங்க. ஓகே.”

“சுயூர் சார்” என்று விடைபெற்றுக்கொண்டு கிளம்பினார் கம்பெனியின் எக்ஸிகியூட்டிவ் மேனேஜர் வசந்தன்.

வசந்தன் தொழில்ல ரொம்ப ஃபெர்பெக்சனிஸ்ட். கம்பெனி வேலை நேரத்துக்கு அரைமணி நேரத்துக்கு முன்னமே வந்து விடுவார். வந்த பிறகு வீடு வாசல் சொந்த பிரச்சனைகள் செல்போன் அரட்டை எதுவும் இருக்காது.

அவருடைய இருக்கைக்குப் பின்னால நிறைய ரெஃப்ரன்ஸ் புக்ஸ்ங்க இருக்கும். முறையா கத்துக்கலனாலும் பன்மொழிப் புலமையுடையவர். மிடுக்கான தோற்றமும் நடையும் பார்த் தாலே அவர்மீது மதிப்பை வரவைக்கும். அவருக்கு கீழ வேலை செய்றவங்களும் ஃபெர்பெக்ஸ்னாக இருக்கணும்னு எதிர்பார்ப்பார். ஓபி அடிக்க நெனக்கிறவங்களுக்கு அவர் எப்போதுமே எதிரிதான்.

“என்ன சக்தி? போன வாரம் வந்த தபால்களையே இன்னமும் முடிக்கலையே ஏன்? என்ன ஆச்சி? எந்த செண்டிமெண்டல் எமோஷனலையும் நான் கேட்க விரும்பல. வேலை உங்க டேபிளுக்கு வந்திட்டா அதை பெர்பெக்ட்டா குறிப்பிட்ட காலத்துக்குள்ள முடிக்கவேண்டியது உங்க பொறுப்பு. என்ன புரியுதா? இந்த ஒரு முறை மட்டும் விடுறேன். அடுத்த தடவ சொல்லிகிட்டு இருக்கமாட்டேன். புரியுதா? நவ் யூ கோ” என்றார் கண்டிப்புடன்.

அதே நேரத்தில் கவனத்துடன் நன்கு வேலை செய்பவர்களின் டேபிளுக்கேச் சென்று பாராட்டுவார்.

“சார். நீங்க கூப்பிட்டு அனுப்பியிருந்தா நானே உங்க கேபினுக்கு வந்திருப்பேனே சார்?”

“அதுக்கென்ன முகேஷ்? நீங்க சூப்பரா வேலை செய்ஞ் சிருக்கீங்க. உங்கள பாராட்டணும்னு தோணிச்சி. அதான் எழுந்து வந்திட்டேன். நான் மட்டும் சிறைவாசியா அங்கயே உக்காந்திட்டுகிட்டு இருக்கறதுக்கு?” என்று தோள்மீது கையை போட்டு தட்டிக் கொடுப்பார்.

“மனிசன் என்னய்யா இந்த வயசலயும் தேனீ கணக்கா சுத்தி சுத்தி வேலை செய்யறான். நம்பள வேலையும் வாங்குறானேய்யா” என்று அருணாசலம் வியந்து பேசிக்கொண்டிருக்கும்போது,

“அது ஒண்ணும் பெரிய இரகசியம் இல்ல மிஸ்டர் அருணாச்சலம்...”

“சார், நான் உங்கள பாக்கல சார். சாரி சார்.”

“இட்ஸ் ஓகே.”

“நாம செய்யிற வேலையவே கடவுளா, காதலா, கமிட்மெண்ட்டா நெனைக்கணும். அவ்வளவுதான். இட்ஸ் வெரி ஈஸி அண்ட் சிம்பிள். கடமைக்கு செய்யணும்னு நெனச்சா எல்லா வேலையும் ரொம்ப கஷ்டமாதான் இருக்கும். யூ சுட் லவ் தட். யூ சுட் என்ஜாய் தட். நம்ம ஒவ்வொருத்தரோட உழைப்புலயும்தான் இந்த கம்பெனி, இந்த உலகம் இயங்குது.

“நாம உழைக்கற ஒவ்வொரு நாளும் நாடும் முன்னேறுது. நாமளும் முன்னேறுவோம். இத மனசில வைச்சிகிட்டாப்போதும்.

‘நெற்சேர உழுதுழுது பயன்விளைக்கும்
நிறையுழைப்புத் தோள்கள் எல்லாம் எவரின் தோள்கள்?’

‘சித்திரச் சோலைகளே. உம்மைத் திருத்த இப்பாரினிலே.
தினம் எத்தனை தோழர்கள் இரத்தம் சொரிந்தனரோ
உங்கள் வேரினிலே’

அப்படின்ங்கிறார் பாரதிதாசன். என்ன புரியுதா?”

அவர்கள் தலையைத்தான் சொரிந்தனர்.

‘ஆனா ஒண்ணு இவர் இருக்கிற வரைக்கும் நம்மளால வேலை செய்யாம ஏமாத்தி பொழைக்க முடியாது அது வேணாப் புரியுது’ என மனசுக்குள் நினைத்துக் கொண்டனர்.

“என் சர்வீஸ்ல இப்படியொரு மேனேஜரா நான் பார்த்ததே இல்லப்பா. இ ஈஸ் வெரி சின்சியர், அண்ட் டெடிகேடிவ்” என்று வியந்துகொண்டார் சீனியர் கிளார்க் கோவிந்த்.

கிளிங்.. கிளிங்... என்ற காலிங்பெல் சத்தம் கேட்டு கதவை திறந்தாள் கீதா.

“வாங்க” என்று புன்முறுவலோடு வரவேற்றாள்.

“புள்ளைங்க வந்திட்டாங்களா?”

“‘ஆங் வந்திட்டாங்க. அமுதன்தான் விளையாட அனுப்பலேன்னு ஓரே ஆர்பாட்டம். டாடி வரட்டும், அதுகப்பறம் உன் பாடு. உங்க டாடி பாடு அப்படியின்னு சொல்லியிருக்கேன். நீங்க ஃபிரஷ் ஆகிட்டு வாங்க. நான் உங்களுக்கு காபி கொண்டு வர்றேன்.”

பொழுதெல்லாம் கோட்டும் சூட்டுமாய் அலைந்து திரிந்தவன் வீட்டில் எளிமையாக வெள்ளை வேட்டியும் எஜமான் படத்தில் ரஜினி போடுவதைப் போன்ற கைவைத்த மெல்லிய சட்டையும் அணிந்துகொண்டு நெற்றி நிறைய திருநீரும் பூசிக்கொண்டு வந்து அமர்ந்தார்.

“டாடி...” என்று ஓரே ஓட்டமாய் ஓடிவந்து கட்டிக்கொண்ட கவினையும் அமுதனையும் இரண்டு கைகளாலேயும் அணைத்துக் கொண்டார் வசந்தன்.

“சரி, இன்னைக்கு என்ன வீட்டுப்பாடம் கொடுத்திருக்காங்க டீச்சர்?”

“டாடி. அம்மா எனக்கு எந்த ஸ்நாக்சும் தரமாட்டேன்றாங்க டாடி. நீங்க கொஞ்சம் சொல்லி வைய்ங்க.” இது அமுதனோட கம்ப்ளைண்ட்.

“டாடி. டேப்லெட் நீங்க எனக்குதான வாங்கி கொடுத்திருக்கீங்க. அமுதன் எனக்கு தா தான்னு வம்பு பண்றான் டாடி.” இது கவின்நிலாவின் கம்ப்ளைண்ட்.

“சரி சரி போட்டி போடாதீங்க. வாங்க, கொஞ்ச நேரம் கிரவுண்ட்ல போயி வௌயாடிட்டு வரலாம்.”

“நான் வரல டாடி. எனக்கு நிறைய வீட்டுப்பாடம் கொடுத் திருக்காங்க” என்றாள் கவின்நிலா.

“பரவாயில்லம்மா. கொஞ்ச நேரம் ஃப்ரீயா விளையாடிட்டு அப்புறமா வீட்டுப்பாடம் முடிக்கலாம். பாரதியார் கூட என்ன சொல்றாருன்னா,

‘காலை எழுந்தவுடன் படிப்பு பின்பு
கனிவுகொடுக்கும் நல்ல பாட்டு.
மாலை முழுதும் விளையாட்டு

என்று வழக்கப்படுத்திக்கொள்ளு பாப்பா.'

அப்படின்னு பாடியிருக்கிறார்."

"டாடி! எங்க தமிழ் மனப்பாட பாட்டையெல்லாம் சொல்றீங்க? இதையெல்லாம் எப்ப படிச்சீங்க?" என்று வியந்தாள்.

குழந்தைகளோடு குழந்தையாய் துள்ளி குதித்து விளையாடும் வசந்தனின் அழகை. இரசித்துக்கொண்டிருந்தாள் கீதா.

"டாடி! இந்த மேத்ஸ் சம் எனக்குப் புரியல இத கொஞ்சம் சொல்லித் தாங்களேன்."

"எதையும் வெறும் மனப்பாடம் பண்ணாம புரிஞ்சி படிக்கணும். ஒன்றின் செயல்பாட்டை வாழ்வியல் செயல்களோட இணைத்து கற்பனை செய்து படித்தால் எளிதில் புரியும். வாழ்நாள் முழு தும் அது நமக்கு மறக்காது. அதிலிருந்து சிந்தனைகளும் கண்டு பிடிப்புகளும் வளரும். இங்க சயின்ஸ்சும் மேத்ஸ்சும் வெறும் உருபோடுற பாடமா மட்டுமே படிக்கிறதாலதான் புரிய மாட் டேங்குது. இன்னைக்கு அப்ளைடு சயின்ஸ் மெத்தடு வளரணும். சரி. சரி. நீங்க படிங்க. நான் தாத்தா பாட்டிகிட்ட பேசிட்டு வர்றேன்."

"அம்மா..." என்று அழைத்தபடி அறைக்கதவைத் மெதுவாக திறந்தார்.

"வாப்பா வசந்தா. ஒரு வேளையும் செய்யாம இப்படி வீட்டுக்குள்ளயே அடைஞ்சி கெடக்கிறதுக்கு ரொம்ப கஷ்டமா இருக்குதுப்பா."

"அதனால என்னம்மா? உழைக்கிற காலத்துல உழைச்சிங்க. இப்ப ஓய்வு எடுக்கிற காலம். ஓய்வு எடுங்க. டிவி பாருங்க. கொஞ்ச நேரம் காலாற நடங்க. புக்ஸ் படிங்க. வேற என்ன வேணும்? கால் வலிக்குதுன்னு சொன்னீங்களே இப்ப எப்படி இருக்கு? இப்படி காட்டுங்க. தைலம் கொஞ்சம் தடவி விடுறேன்."

"அட என்னப்பா. பெரிய கம்பெனியோட மேனேஜர் நீ. இங்க வந்து கால் அமுக்கி விடுறயே? லீவு நாள்லயும் வீட்ட ஒட்டடை அடிக்கிற. துணி துவைக்கிற. எல்லா வேலையும் இழுத்துபோட்டு செய்யிறயேப்பா?"

“அம்மா., டில்லிக்கு ராஜான்னாலும் அம்மாவுக்கு பிள்ளை தானே? நமக்குத் தெரிஞ்ச, நம்மலால முடிஞ்ச நம்ம வீட்டு வேலைகளை நாமே செய்யறதுல என்னம்மா தப்பு இருக்கு? எல்லாமே நீங்க சொல்லி கொடுத்ததுதானே?

“அப்பா! சுகர் டேப்லட் இருக்கா தீர்ந்துபோச்சா? கொஞ்சம் முன்கூட்டியே சொல்லுங்கப்பா.”

“இல்லப்பா. மாத்திரை இன்னும் இருக்கு. டைம் ஆகிடிச்சி நீ போய் சாப்பிடு.”

அவர்களிருவரும் பிள்ளையின் பொறுப்பான கவனித்தலில் நெஞ்சம் நெகிழ்ந்திருந்தனர்.

“கீதா. மளிகை சாமான்களெல்லாம் இருக்கா வாங்கணுமா?”

“அதெல்லாம் இருக்குங்க. ஹவுசிங் லோன் இன்ஸ்டால்மென்ட் தேதி வருதுங்க. அக்கவுண்ட்ல பேலன்ஸ் சரிபாத்துகுங்க.”

“அது என்னமோ கீதா. கம்பெனியில நான் கணக்குப்புலியாக இருந்தாலும் வீட்டு விவகாரங்கள்ல உங்கிட்ட, சின்சியர்ல தோத்துபோயிடுறேன். வைரமுத்து சொல்லற மாதிரி ‘காரியங்கள் யாவையும் கண்மணி கீதா நீ செய்வதால் சூரிய கவிஞனாய் நான் சுற்றி வருகிறேன்” என்றதும் கீதா வெட்கப்பட்டாள்.

“ஆங்.. கீதா ஒரு விஷயத்த உன்கிட்ட சொல்ல மறந்திட்டேன். எங்க கம்பெனியில வேல செய்யற கிளார்க் குமாருக்கு அவசரமா கொஞ்சம் பணம் தேவைப்பட்டது. அதான் ஒரு பத்தாயிரம் ரூபா அக்கவுண்ட்ல இருந்து எடுத்து கொடுத்திருக்கேன். வர்ற ஒண்ணாம் தேதி திருப்பி தந்துடுறேன் சொல்லியிருக்காரு.”

“அதுக்கு என்னங்க, உங்க பணத்ததானே கொடுத்திருக்கீங்க?”

“அதில்ல கீதா. உனக்கும் தெரியணும்ன்னுதான் சொன்னேன்.”

“சரிங்க.”

மறுநாள் காலை கோட்டுசூட்டு சகிதமாய் மானேஜர் வசந்தன் அதே கம்பீரத்தோடு கம்பெனிக்கு கிளம்பிவிட்டார்.

அவன்

அவன் இறந்துவிட்டானாம். செய்தியைக் கேட்டதும் மனம் கணத்து விழிவியர்த்து கண்ணீர் குடத்தை கவிழ்த்துவிட்டது கண்கள்.

நான் ஏன் அழவேண்டும். எனக்கும் அவனுக்கும் என்ன தொடர்பு?

என் கண்ணீரை நான் மறைத்துக்கொள்ளத்தான் வேண்டும். இல்லையேல் ஊர் உலகம் என்னை பழிதூற்றாது? பார்த்து சிரிக்காது?

ஊரில் இருப்பவர்கள் எல்லாம் நல்லவர்களா?

நான் ஏன் அவர்களுக்காக பயப்படவேண்டும்?

அவர்கள் எல்லாரும் யோக்கியர்களா?

பார்வையாலும் பேச்சாலும் சோரம்போனவர்கள்தானே?

வாய்ப்பு கிடைக்கும்வரை இங்கே யோக்கியர்களாக நடிப்பவர் கள்தானே அதிகம்?

அவர் திடீரென இறந்துவிட்டார். அவருக்கென்று இருந்தது ஒரு ஏக்கர் நிலம் மட்டுமே.

ஏதோ அவர் இல்லையென்றாலும் அந்த நிலத்தை உழுது பயிரிட்டு வயிற்றைக் கழுவி வருகிறேன். மற்ற நாட்களில் நடவு, களைப்பறிப்பு, கதிரறுப்பு என்று மற்றவர் நிலத்திலும் கூலி வேலை செய்து வாழ்க்கை ஓடுகிறது.

அவன் ஆண் துணை இல்லாத எனக்கு உழவுத் துணைக்கு, உழைப்புத் துணைக்கு வந்தவன்.

இவர்கள் எல்லாம் பேசிக்கொள்வதற்கு நான் ஒன்றும் மங்கையர் திலகமும் இல்லை. அவன் ஒன்றும் ஆண் அழகனும் இல்லை.

சும்மா கிடந்த வாய்க்கு அவல் கிடைச்சா மாதிரி கொஞ்ச காலம் இதை மென்றே காலத்தை ஓட்டினார்கள்.

அவன் துணை கிடைத்ததால் ஒரு ஜதை பசுமாடு வாங்கி பால் கறந்தும் சம்பாதித்தேன்.

ஓட்டை ஒடிசலாக இருந்த வீட்டை மண்ணும் கல்லும் கொண்டு சேறுமிதித்து சுவற்றை எழுப்பினான். பனையோலை வெட்டி பதப்படுத்தி கூரை வைத்தான்.

அந்த சின்ன குடிசை அவன் உழைப்பினால் மாளிகையாய் மின்னியது.

பசு கறக்க, ஏர் ஓட்டி பயிரிட என எல்லாவற்றிற்கும் உதவினான். அவன் உழைப்பு அதிக விளைச்சலைக் கொடுத்தது.

கடன்கள் எல்லாம் ஓரளவு தீர்ந்தது. ஆனால் ஊராரும், அவன் வீட்டாரும் அவன் வீட்டு பணத்தால்தான் கடன்கள் தீர்ந்ததாக பொய்பேசித் திரிந்தார்கள்.

"ஆமா நான் ஜமீன்தாரு பாரு. என் ஜமீனையெல்லாம் உனக்கு எழுதி வெச்சிட்டேன், வேலய பாப்பியா. அவனவன் எதைன்னா பேசிப்போறான்" என்று சமாதானம் சொல்லுவான்.

மல்லிப்பூ போட்டா என்ன? புது யோசனையை அவன்தான் கொடுத்தான். போட்டோம்.

வெள்ளை வெள்ளையாய் அவன் மனசுப்போலவே மணம் மிக்க பூக்கள் பூத்தன. அதை சூடிப்பார்க்கத்தான் எனக்கு கொடுத்து வைக்கவில்லை.

சோளம், கம்பு, கேழ்வரகு என பருவத்திற்கேற்ப பயிர்களை அவன்தான் யோசித்து யோசித்து வைக்கச் சொல்லுவான். அத்தனையும் அவன் கைராசி நன்றாக விளையும்.

நீங்களெல்லாம் கற்பனை செய்வதைப்போல அவன் ஒன்றும் ஆணழகன் அல்ல. காமவெறிபிடித்த பெண்பித்து முற்றித்திரியும் ஆளும் அல்ல. நோஞ்சையான உடம்பு. கால்கூட சற்று ஊனம் போல தாங்கித்தாங்கிதான் நடப்பான். பீடி புகைக்கும் பழக்கமும் உண்டு. கொல்லு கொல்லு என்று சளிக்கட்டு இருமல் இரும்பு வதும் உண்டு. எப்போதாவது சாராயமும் கறியும் திண்பான்.

பற்கள் பாதி விழுந்து பீடிக்கரை படிந்து கிடக்கும். கன்னங்கள் பள்ளம் கண்டிருக்கும். தலையிலும் நெஞ்சாங்கூட்டிலும் சில நரைத்த முடிகள்.

உழைக்கும் கைகள் மட்டும் வளுத்திருக்கும். உடலின் மற்ற பாகங்கள் நோஞ்சான்தான்.

கணவனை இழந்து சொந்தபந்தங்களின் ஆதரவும் இல்லாமல் எப்படி பிழைப்பதோ என்று தவித்திருந்த வேளையில் அன்பாக ஆதரவாக ஆண் துணையாக இருந்தவன். ஊரு உலகத்தின் பார்வையில் இது தவறான, வெறுக்கப்பட்ட, பழிக்கப்பட்ட உறவாக இருந்தாலும் எனக்காய் அவனும், அவனுக்காய் நானும் பரிதாபத்தை காட்டிக் கொண்டோமே ஒழிய வேறொன்றும் இல்லை.

உடம்பு சரியில்ல என்று அவனுடைய வீட்டோடே தங்கி விட்டான். நல்லா இருந்த காலத்துல கண்டவளுக்கும் ஒழைச்சி கொட்டிட்டு இப்ப படுத்தபடியே எங்க உயிர வாங்க வந்துட் டான்'' என்று மனைவி மக்கள் ஏசியதாக கேள்வி.

நாளுக்கு நாள் உடல்நலம் கெட்டு இன்று உயிரையே விட்டு விட்டான். மனம்குமைந்து துக்கம் கணன்று வெப்ப கண்ணீர் அவள் கண்களை தீய்க்கிறது.

அவன் உடலும் மனமுமாய் வாழ்ந்த நிலத்தில் அவன் உடலையாவது புதைக்கமுடியுமா? அவன் வீடும் ஊரும் ஒப்புக்கொள்ளுமா? என்னுள் நுழைந்து நெஞ்சில் புதைந்து கிடக்கும் அவனை யாராலும் மறைக்க முடியாது.

என் வீட்டில் விளக்கேற்றி சுவற்றில் மஞ்சளும் சிவப்பும் இட்டு மணல்கூட்டி முளைப்பாறி இட்டுருக்கிறேன்.

ஆனாலும் அவன் கைராசிபோல் விளையுமா? அன்றொரு நாள் நான் ஏதோ சொன்னதற்கு தெத்து பற்கள் தெரிய களுக் களுக் என்று சிரித்தவன் இன்று விளக்கொளியில் சிரிக்கிறான். நான் அழுகிறேன்.

நெகிழிப்பூவும் நெகிழ்ந்த வண்டும்

அந்த கடிதத்தில் இருந்த தகவல் அவனை உற்சாகத்தில் துள்ளி குதிக்க வைத்துவிட்டது. அவன் வாழ்வின் தவம் பலித்துவிட்டது.

நீண்ட நாள் கனவு நனவானது.

பழம் நழுவி பாலில் விழுந்துவிட்டது.

புதுமழையின் சாரல் பூமியை சில்லிடச்செய்துவிட்டது.

ஆராமுதம் அங்கையில் நிறைந்திருக்கிறது.

தட்டித்தட்டிப் பார்த்த தடைக்கதவு தானாகத் திறந்து வழி-விட்டது.

அவன் உற்சாகத்தின் உச்சாணிக்கொம்பில் நின்று மெய் சிலிர்த்தான்.

தூரத்தில் இருந்த வானவில் அவன் வீட்டு வாசலருகே வந்து வண்ணமுகம் காட்டிநின்றது.

வாலிபத்தின் வாசலில் நின்ற அந்த இளைஞன் மனதில் வசந்தராகம் கீதம் இசைத்தது.

“திரை உலகின் உச்ச நட்சத்திரம் லேகாஶ்ரீ அவர்களோடு ஒரு நாள் முழுதும் படபிடிப்பில் கலந்துகொண்டு சந்திக்க வாய்ப்பு கிடைத்திருக்கிறது.”

பிரபல வார இதழ் ஒன்று நடத்திய சினிமா குறுக்கெழுத்துப் போட்டியில் கலந்துகொண்டு வெற்றிபெற்றதால் கிடைத்த அரிய வாய்ப்பு இது.

லேகாஶ்ரீயின் திரைப்படங்கள் என்றால் கொள்ளைப்பிரியம் வருணுக்கு. தமிழிலிருந்து தெலுங்கு மொழிக்குச் சென்று அதே படம் தெலுங்கிலிருந்து தமிழுக்கு டப்பிங் படமாக வந்தாலும் லேகாஶ்ரீக்காக அதை பலமுறை பார்த்துவிடுவான்.

கல்லூரி படிக்கும் காலம் முதலே அவள் நடித்த அத்தனை திரைப்படங்களையும் பார்த்துவிடுவான். அப்படத்தில் லேகாஸ்ரீ பேசிய வசனங்களையும் மனப்பாடமாக ஞாபகத்தில் வைத்திருந்தான்.

அவள் பாடும் பாடல்கள் அவன் இதயத்தில் ரீங்கரித்துக்கொண்டே இருக்கும். அவள் ஆடல்பாடல், சிரிப்பு, அழுகை அத்தனையும் அவன் மனதில் நிறைந்திருந்தது.

இதழ்களிலும் விளம்பரங்களிலும் வரும் அவளது விதவிதமான வண்ணவண்ணமான படங்களையெல்லாம் வெட்டியெடுத்து தன் வீட்டுச் சுவற்றிலும் புத்தக நோட்டுகளில் ஒட்டி வைத்துப் பாதுகாத்தான். கையில் அவளது படத்தையும் பெயரையும் டாட்டூ குத்திக்கொண்டான்.

அவளது திரைப்படங்களை அவன் மட்டுமல்லாது அவனது நண்பர்களை பலமுறை தன்சொந்த செலவில் கூட்டிப் போய்க் காட்டுவான்.

அவனுக்கென்று ஒரு தனி சாம்ராஜ்யம் இருந்தது. அதில் அவன் ராஜா. அவள் இராணியாக கொலுவீற்றிருந்தாள்.

அப்படிபட்ட இதயராணியை நேரில் சந்திக்கும் வாய்ப்பைத்தான் வருண் பெற்றிருக்கிறான்.

முதல்நாள் மாலையே தன் நண்பர்களிடம் பணத்தை கடன் வாங்கிக்கொண்டு வீட்டிற்குத் தெரியாமல் வேலை செய்யும் இடத்தில் ஏதோ ஒரு பொய்யைச் சொல்லிவிட்டு புறப்பட்டான்.

இரவு நேரப்பேருந்தில் ஏறி அமர்ந்ததும் விடியப்போகும் நாளின் சொர்க்க வாழ்வை எண்ணி உறங்காமலே பல நினைவுகளில் விழிவீங்கிக்கிடந்தான்.

மறுநாள் காலை தன் இதயராணியை சந்திக்கும் அதிஷ்டம் தந்த வார இதழின் முகவரிக்கு அலைந்து திரிந்து கண்டடைந்தான்.

வார இதழின் புகைப்பட கலைஞரும் செய்தியாளரும் அவனை வரவேற்று கைகுலுக்கினர்.

“இன்னைக்கி லேகாஸ்ரீக்கு குசால்தாஸ் கார்டன்லதான் சூட்டிங். அங்கதான் அவங்கள நாம மீட் பண்றோம். ஓகே போலமா மிஸ்டர் வருண்... ஆங், வருண் சார்”

அவர்கள் வண்டியிலேயே குசால்தாஸ் கார்டனுக்குள் வண்டி நின்றதும் மூவரும் வண்டியை விட்டு இறங்கினர்.

சூட்டிங் ஸ்பாட்டுக்குரிய பரபரப்போடு படப்பிடிப்புக்குழுவினர் இயங்கிக்கொண்டிருந்தனர்.

“நாங்க பிரபல வார இதழ்லேர்ந்து வர்றோம். லேகாஸ்ரீய சந்திக்க முடியுமா?” என்றனர்.

“மேடம் மேக்கப் ரும்லதான் இருக்காங்க.”

“எக்ஸ்கியுஸ் மீ மேடம். மே ஐ கமின் மேடம்?

“ஓஎஸ். வாங்க. வாங்க. நல்லா இருக்கீங்களா?” என்று லேகாஸ்ரீ பேசிக்கொண்டிருக்கும்போதே கடவுள் பார்த்த பக்தன் போல விழிவியந்து நின்றான் வருண்.

“பை த பை. இவர்தான் மிஸ்டர் வருண். நம்ப வார இதழ் குவிஸ் வின்னர். இன்னைக்கு முழுக்க உங்களோட ஸ்பென்ட் பண்ணப்போறவரு” என்றதும்,

“ஹலோ” என்று தாராளமாய் கைகுலுக்குவதைக் கண்டு திகைத்து நின்றான் வருண்.

நடப்பதெல்லாம் கனவா? நனவா? என்று அவன் மனம் பட்டிமன்றம் நடத்திக் கொண்டிருந்தது.

நடிகை லேகாஸ்ரீக்கெனவே தரப்பட்ட கேரவானில் மேக்கப் போடுவதற்காக சென்றாள்.

”நீங்களும் வாங்கலேன். பேசிகிட்டே மேக்கப்பும் முடிச்சி டலாம்.” என்றாள்.

உள்ளே சென்றவுடன் கேரவான் வாகனத்திலேயே ஒரு சிறிய ஃப்யூட்டிபார்லரே இருந்தது.

மேக்கப் போடுவதற்கென்றே சில ஆண்களும் பெண்களும் இருந்தனர்.

சலூன் கடையில் இருக்கும் குஷன் சேர்போல இருந்த அந்த இருக்கையில் அமர்ந்தவுடன் ஒரு ஆண் பேஸ் கீரிமில் துவங்கி பலபடிகளாக விதவிதமான கிரீம்களை பூசிப்பூசி மெருகேற்றிக் கொண்டே வந்தான்.

அவள் முகத்தைத் தொட்டுத் தொட்டு பூசிக்கொண்டே வந்தான்.

வருணுக்கு உள்மனதுக்குள் ஏதோப் போல இருந்தது. 'என்னதான் இருந்தாலும் ஒரு பெண்ணின் முகத்தை ஒரு ஆண் தடவி தடவி இப்படியா செய்வது? அதுவும் தன் கனவுக்கன்னியை?' என்று உள்ளுக்குள் ஆவேசப்பட்டான்.

'ஏன் பொம்பளைங்க யாரும் இல்லையா? ஆம்பளதானா மேக்கப் போடணுமா?' என்று மனதுக்குள் பொருமிக்கொண்டான்.

"சொல்லுங்க வருண். என்ன தொழில் பண்றீங்க?"

"ஒரு தனியார் பள்ளியில தமிழாசிரியரா இருக்கேன்."

"ஓ நீங்க தமிழாசிரியரா.? அப்படின்னா எனக்கும் கொஞ்சம் தமிழ் கத்துக்கொடுங்க."

"நீங்க கவிதைகளும் எழுதுவீங்களா?"

"ஏதோ கொஞ்சம் கொஞ்சம் எழுதுவேன்."

"அப்படியா? எங்கே, என்னபத்தி ஒரு கவிதைச் சொல்லுங்க பார்போம்?"

பூக்களால் நெய்த மேனி
கண்டு கண்டு
தமிழ் பாக்களால் நிறைகிறது
என் நெஞ்ச ஏடுகள்.
ஒரு காவியத்திற்கு
என்ன கவிதை சொல்வதென்று
தடுமாறும் என் நெஞ்சம்.
ஆயிரமாய் கவி சொன்னாலும்
உன் அழகிற்கு அவை கொஞ்சம்.
தாரகையை பாதுகாக்க
இந்த தகரப்பெட்டியின் ஆசை
பேராசைதான்.

'வாவ். சூப்பர். சூப்பர்..' என்று கைதட்டிப் பாராட்டினாள் லேகாஸ்ரீ.

"பேசாம சினிமாவுக்குப் பாட்டு எழுத வந்திடுங்களேன். ஆனா ஒண்ணு எனக்கு மட்டுந்தான் பாட்டு எழுதணும். சரியா?" என்று சிரித்தாள்.

மேக்கப் முடிந்ததும் ஏர் ஸ்டைலிட் ஏக்நாத் வந்தார். வந்தவரை லேகாஸ்ரீ கட்டிப்பிடித்து வரவேற்றாள்.

“என்னா டார்லிங்? ஹவ் ஆர் யூ?” என்று கொஞ்சினான்.

அவளும் சிரித்துக் கொண்டே“ ஃபைன்” என்றாள்.

ஒரு பெண்ணின் கூந்தலை தொடுவதற்கு அவள் தகப்பனுக்கும் கணவனுக்கும் மட்டுமே உரிமையுண்டு என்று படித்தது வருணுக்கு நினைவுக்கு வந்தது.

அடுத்து ஆடை உடுத்தவும் ஒரு ஆண் வந்தான்.

அதற்குள் “மேடம். பைனான்சியர் பஃகாரிலால் வந்திருக்கார் மேடம்” என்றதும்

“வாங்கோ. வாங்கோ. நமஸ்காரம்” என்று தயங்காமல் அவரையும் கட்டிப்பிடித்து கன்னத்தில் ஒரு முத்தமிட்டாள்.

அவரும் அவளைத் தழுவி முத்தமிட்டு தோள்கள் மீது தட்டிக் கொடுத்தார்.

“உங்க டைரக்டர், சுபஸ்ரீயைத்தான் இந்த படத்துக்கு புக் பண்ண இருந்தார். நான்தான் லேகாஸ்ரீதான் வேணும்னு அடம்பிடிச்சி இந்தபடத்துல நடிக்க வைச்சேன்னா பாத்துகோங்கோ” என்றார்.

“ஓ தேங்யூஜி. வெரி ஸ்வீட் ஆப் யூ”என்று மீண்டும் ஒருமுறை கட்டிப்பிடித்தாள்.

“சுக்ரியா. சுக்ரியா. ஆப்பிள் சூஸ் வந்ததா? என்ன வேணுமோ கேளு. நான் இருக்கேன் உனக்காக. ம்...” என்று பீடாக்கறைத் தெரிய சிரித்தார்.

புடவை கட்டிவிட வந்தவன் பொறுமை இழந்துவிட்டான்.

“சாரி சாரி. கொஞ்சம் லேட்டாயிடிச்சி” என்று அவனிடம் குழைந்தாள்.

அவனும் “இட்ஸ் ஓகே” என்று வேலையைத் தொடங்கினான்.

அவளது இடுப்பு உடம்பு என அவனது கைகள் தொட்டாலும் கூச்சமின்றி அவனுக்கு ஒத்துழைத்தாள்.

ஒரு வழியாக மேக்கப் முடிந்ததும் ஆப்பிள் ஜுஸ் வந்தது.

“மேடம், ஷாட் ரெடி. போலாமா?” என அசிஸ்டண்ட் டைரக்டர் அழைத்தார்.

ஷூட்டிங் ஸ்பாட் டைரக்டர், அசிஸ்டண்ட் டைரக்டர், லைட்மேன், ஒளிப்பதிவாளர், அவரவர்களது உதவியாளர்கள் என ஒரு கூட்டமே நிரம்பி வழிந்தது.

எல்லோருக்கும் சிரித்த முகமாக வணக்கம் சொல்லியும் வணக் கங்களைப் பெற்றும் சென்றாள் லேகாஸ்ரீ.

உதவி இயக்குநர் அன்றைய படப்பிடிப்பின் வசனத்தைப் பேசிக் காட்டினார்.

உடன் நடிக்கும் நடிகன் தாடியும் அழுக்குச் சட்டையுமாக லுங்கி கட்டியிருந்தான். பார்ப்பதற்கே அருவறுப்பாக இருந்தது. அந்த காலத்தில் ஹீரோ என்றால் மழுங்க ஷேவ் செய்து பார்ப்பதற்கு அழகான அமுல் பேபியாக இருப்பார். ஆனால் இந்த காலத்தில் இப்படி ரவுடிகளாக இருந்தால்தான் ரசிகர்களுக்குப் பிடிக்கிறது. என்ன செய்ய? எல்லாம் காலத்தின் கோலம்!

இயக்குநர், “ஷூட் போலாமாம்மா? டையலாக் ஞாபகம் இருக்கா?” என்றார்.

“ஓகே சார். போலாம்.”

“டேய். என்னை விட்டுட்டு வேற எவளயாவது பார்த்தே? அவ்வளவுதான். கொன்னுடுவேன்” என்று அவனை கட்டிப் பிடித்துக் கொண்டு சட்டையை இழுத்து மிரட்டினாள்.

“கட். கட். ரீடேக் பண்ணிக்கலாம்” என்றார் இயக்குநர்.

மேக்கப் மேனும் டச்சப் பாயும் அடிக்கடி கண்ணாடி பிடித்துக் கொண்டு வர்ணம் தீட்டிக்கொண்டே இருந்தனர்.

இடைஇடையே ஜூஸ் டீ காபி என வந்துகொண்டே இருந்தது.

ஒரே காட்சியை பல காரணங்களுக்காக நாள் முழுவதும் எடுத்துக் கொண்டிருந்தனர்.

“போர் அடிக்குதா வருண்? ஷூட்டிங்குன்னா அப்படித்தான். நீங்க சினிமாவுல பாக்குற மாதிரி ஒரே டேக்ல சீன் முடியற தில்ல. லைட்டிங், கோ ஆர்டிஸ்ட், டைலாக், டைரக்டரோட மூடு என பல காரணங்களுக்காக ரீடேக் போய்கிட்டே இருக்கும்.

நாங்களும் சலிக்காம ஒரே டைலாக்க பேசிப் பேசி நடிக்கணும்'' என்றாள் வெள்ளந்தியாக.

இடைஇடையே ஷூட்டிங், இவர்களின் பேச்சுமாக அன்றைய பொழுது போய்க்கொண்டிருந்தது. வார இதழ் புகைப்படக்காரரும் பல்வேறு கோணங்களில் அவர்களது சந்திப்பை புகைப்படம் எடுத்துக்கொண்டிருந்தார்.

''உங்ககிட்ட கொஞ்சம் தனியா பேசணும்'' என்றான் வருண்.

''ஓகே. கேரவான் போயிடலாம் வாங்க.''

கேரவானில் அவர்கள் இருவர் மட்டுமே இருந்தனர்.

''மேடம் எப்படி சொல்லறதுன்னு தெரியல. கொஞ்சம் பயமாவும் இருக்கு.''

''பரவாயில்ல. எதுவா இருந்தாலும் பயப்படாம சொல்லுங்க.''

''மேடம். நான் உங்களோட வெறித்தனமான ரசிகன்னு உங்க ளுக்குத் தெரியும். அதோட இல்லாம உங்கள சின்சியரா லவ் பண்றேன் மேடம். உங்கள கல்யாணம் பண்ணிக்க ஆசைப் படறேன்'' என்று தன் மனபாரத்தை இறக்கி வைத்தான்.

லேகாஸ்ரீ விழுந்து விழுந்து சிரித்தாள். அவளைப் பொறுத்தவரை இது ஆயிரமாவது புரோபோஸல்.

''நான் சின்சியரா கேட்கிறேன். நீங்க ஏளனப்படுத்துற மாதிரி சிரிக்கிறீங்களே?''

''ஐயாம் சாரி மிஸ்டர் வருண். உங்க வாழ்க்கை வேற என்னை மாதிரி நடிகைங்க வாழ்க்கை வேற. எனக்கும் ஆசைதான் காலாகாலத்தில உங்கள மாதிரி மிடில்கிளாஸ் மாப்பிள்ளைய கட்டிகிட்டு அழகா ரெண்டு குழந்தைகள பெத்துகிட்டு வாழ ணும்னு. என்ன பண்றது என் தலைவிதி அப்படி.

''நீங்கள்லாம் நெனைக்கலாம். நடிகைங்க நெறைய சம்பளம் வாங்கிகிட்டு ரொம்ப சந்தோசமா இருக்காங்கன்னு. ஆனா உண்மை அப்படி இல்ல. எங்க வலிகளும் வேதனைகளும் எங் களுக்கு மட்டும்தான் தெரியும்'' என்று குறுகிப்போனாள்.

வழிந்த கண்ணீரை விரல்களால் துடைத்தபடி சட்டென சிரித்த முகத்துடன் மாறினாள்.

“மறுபடியும் சொல்றேன் வருண். எங்க வாழ்க்கை வேற உங்க வாழ்க்கை வேற. நீங்க வேற தமிழ் வாத்தியாரா? ஒழுக்கம், அறம், ஒருவனுக்கு ஒருத்தி அப்படின்னு பசங்களுக்கு நடத்துற பாடத்தையே வாழ்க்கையிலும் எதிர்பார்ப்பீங்க. என்னால அப் படி இருக்க முடியாது. எங்க தொழில் தர்மம் அப்படி.

“பாக்கறீங்க இல்ல. கண்டவங்களும் எங்கள தொடுவாங்க. கட்டிப்பிடிப்பாங்க, முத்தமிடுவாங்க. யார்யார்கிட்டயோ சிரிச்சி பேசணும். இதெல்லாம் உங்களுக்கு ஒத்துவராது. அதுவும் இல்லாம உங்க வாத்தியார் தொழில விட்டுட்டு என் பின்னா டியே அலைய வேண்டியிருக்கும். இதெல்லாம் உங்களுக்குத் தேவையா? நல்லா யோசிச்சிப் பாருங்க. பாக்குறதெல்லாம் அழகா இருந்தா ரசிக்கிறோம். அவ்வளவு தான். ரசிக்கிறதெல்லாத்தையும் அடைய முடியுமா? யோசிச்சிப்பாருங்க.”

அவன் சோர்ந்து நின்றான்.

“கமான் வருண். வாங்க சிரிங்க.”

“உங்களுக்காக என்னைவிட உண்மையான அன்போட என்னை விட அழகான பொண்ணு ஒருத்தி காத்துகிட்டு இருப்பா. அவள கண்டடையுங்க. அதுதான் பெஸ்ட். நான்லாம் உண்மையிலே வேஸ்ட். சியர் அப்” என்று அவனை இழுத்து தலைமுடியை கோதி விட்டாள்.

“ஐ லவ் யூ மை பாய். என்னோட தீவிர ரசிகன் நீங்க எதுக்கும் கலங்கக்கூடாது. ஓகே” என அவனை கட்டிப்பிடித்து முத்தமிட்டாள்.

அது ஒரு நிரந்தர ஏமாற்றத்தின் தொடக்கமாக அவனுக்குத் தெரிந்தது.

அடுத்த வாரம் அந்த இதழின் நடுபக்கத்தில் அவர்களின் சந்திப் பும் புகைப்படங்களும் வெளியாகி இருந்தன. அவனது நண் பர்கள் எல்லோரும் “செம லக்குடா உனக்கு. என்று அவனை வியந்து பாராட்டிக் கொண்டிருந்தனர். அவன் மட்டும் அந்த அதிஷ்டமே கிட்டியிருக்கக் கூடாதென மனதிற்குள் வெம்பிக் கொண்டிருந்தான்.

எண்: 13, பூந்தோட்டத் தெரு

அது ஒரு வளர்ந்து வரும் நகரம். கிராமங்களாக இருந்தவைதானே நகரங்களாக மாற்றம் பெறுகின்றன என்பதற்கான சாட்சியாக இருக்கும் நகரம்.

தேசிய நெடுஞ்சாலையிலிருந்து வாகாகப் பிரிந்து நகரத்தின் விரிவு வளர்ச்சி பெற்றுள்ளது. அதிகாலையிலேயே நகரம் சுறு சுறுப்படைந்து விடுகிறது.

கடைப்பையன்களும் முதலாளிகளும் காலையிலேயே ஷட்டர் களை திறந்து எல்லாவற்றையும் சுத்தம்செய்து வியாபாரத்திற்கு ஏற்ற வகையில் எல்லாவற்றையும் தயார் செய்து வைத்ததும் முதலாளி சுவாமி படத்திற்கு ஊதுபத்தி ஏற்றி பயபக்தியுடன் இன்றைய வியாபாரம் அமோகமாக இருக்கவேண்டும் என ஆழ்ந்த பிரார்த்தனையுடன் ஆரம்பிக்கின்றனர்.

சுற்றுப்பக்க கிராமத்து மக்களெல்லாம் பேருந்து வேன் பைக் என பலவகையான வாகனங்களில் தங்களது விளைப்பொருட்களை விற்கவும் விவசாயத்திற்கும் கால்நடைகளுக்கும் தங்கள் குழந் தைகளுக்கும் வீட்டிற்கும் தேவையான பொருட்களை வாங்கிச் செல்லவும் குவிந்துவிடுகின்றனர்.

ஒன்பது மணிக்குமேல் அலுவலகத்திற்குச் செல்வோரும் மிகுந்த பரபரப்புடன் கிளம்பிவிடுகின்றனர்.

பல்வேறு அரசு அலுவலகங்களும் காலை பத்து மணிக்கெல்லாம் பரபரப்பாக இயங்கத் தொடங்கிவிடுகின்றன.

பருந்து பார்வையாகப் பார்த்தால் மக்கள், வாகனங்கள், சந்தடிகள், மக்கள் இரைச்சல், வாகன இரைச்சல், சில தொழிற்கூடங்கள் ஆலைகள் என பெரும் சத்தமும் களேபரங்களுமாக மாறி விடுகிறது.

டீக்கடைகள், ஓட்டல்கள், பேக்கரி, பழக்கடை, எலக்டிரிக்கல் அண்ட் எலக்ட்ரானிக் கடைகள், ஹார்டுவேர் கடைகள், ஜவுளிக் கடைகள், பிரமாண்டமான ஷோரும்கள், சூப்பர் மார்கெட்கள், நகைக்கடைகள், அடகுக்கடைகள், பூஜைப்பொருட்கள் விற்கும் கடைகள், பாத்திர கடைகள், ஓம்அப்ளையன்ஸஸ் நிறுவனங்கள், மளிகைக்கடைகள், மெடிக்கல் ஸ்டோர், போட்டோ ஸ்டுடியோ, ஸ்வீட் ஸ்டால்கள், மொத்த வியாபார கடைகள், பெரிய கடைகளுக்கு எதிரில் சின்னசின்ன பூ, பழம், பொரிக்கடை, நடைவண்டி கடைகள், பெட்டிக்கடைகள் என வரிசைக்கட்டி நின்று மக்களின் வாங்கும் ஆர்வத்தைத் தூண்டிநிற்கின்றன.

பஜார் தெரு மிகப்பெரிய சுரங்க உலகம். அதற்குள் நுழைந்து எதையும் தொலைக்காமல் எதையும் இழக்காமல் வெளிவருவது மறுஜென்மம் எடுத்த கதைதான். காய்கறி, பலசரக்கு, அரவை கூடங்கள் என விற்பனைக்காரர்களின் சத்தமும் பேரம் பேசி வாங்கிடும் மக்களின் சாமர்த்திய சத்தமும் ஆழ்ந்த அமைதியின் எதிர்ப்பதமாக ஓங்கி ஒலிக்கும். வாகனங்கிலிருந்து சரக்கை இறக் குபவர்கள் கெட்ட வார்த்தைகளை தாராளமாக பயன்படுத்திக் கொண்டிருப்பர்.

ஒருபுறம் காபி பொடி அரைக்கும் நறுமணமும் மறுபக்கம் மிள காய் அரைக்கும் நெடியும் சீயக்காய் அரைக்கும் அரவைக் கூடங் களின் இயந்திர தேய்மான ஒலியும் நெடியும் வயிற்றை குமையச் செய்துவிடும்.

கடைகளிலிருந்தும் காய்கறிக்குப்பைகளும் குவிந்து அழுகிக் கிடக்கும் குப்பைகளும் கால்வாய்களிலிருந்து வழிந்து பெருகி ஓடும் சாக்கடை நீரும் மக்கள் சகித்தே தீரவேண்டிய விஷயங்கள்.

சிறிய மளிகைக்கடைகளும் பெரிய ஷோரும்களும் என வகை வகையான கடைகள் வரிசைக்கட்டி நிற்கின்றன. எத்தனை பெரிய ஷோருமாக இருந்தாலும் நடைபாதையை ஆக்கிரமித்து வரவேற்பு வாயிலும் டெண்ட் வளைவுகள் ஏற்படுத்தி ஷோக் கேஷ் பொருட்களை டிஸ்பிளே செய்தால்தான் அவர்களுக்கு ஒரு திருப்தி. நகராட்சியினர் எத்தனை முறை அகற்றினாலும் பத்துநாள் தாங்காது.

அவர்கள் அகற்றும்போதுதான் சாலையின் உண்மையான அகலம் தெரியும். மக்கள் கொஞ்சம் உள்ள வரணும்னாலும் தயங்கி வேற கடைக்கு போயிடுவாங்களாம்.

"ரோட்டவிட்டு அடுத்த ஸ்டெப் கடையாத்தான் இருக்கணும்ன்னு நெனைக்கிறாங்க. நாங்க என்ன பண்ணமுடியும்?" என்பது அவர்களுடைய வாதம். கடைகளுக்கு முன்னால் நிற்கும் வாகனங்கள் திணறிக்கொண்டிருக்கும்.

பணம் கல்லாவில் சேர்கிறது. பைகளில் பொருட்கள் சேருகிறது. புகை, குப்பை, சாக்கடை, இரைச்சல் நகரெங்கும் நிறைகிறது.

இத்தகைய பரபரப்பான நகரத்தின் சற்றே உட்புறம் இருக்கும் குறுக்குச் சாலையின் பெயர்தான் பூந்தோட்டத் தெரு.

இந்த தெரு ஒரு சாதாரண குறுக்குத் தெருதான். ஆனால் அதற்கு இத்தனை சிறப்பு ஏற்படக் காரணம் வேலுச்சாமிதான். வேலுச்சாமி சாதாரண கூலித்தொழிலாளி. விவசாய வேலைகள், ஆடுமாடு பராமரிப்பு எல்லாம் அத்துபடியான கிராமத்து ஆள்.

எந்த வேலையாக இருந்தாலும் முழுமுயற்சியோடும் உழைப் போடும் செய்து முடிக்கும் ஆற்றல் பெற்றவர்.

பூந்தோட்டத் தெருவில் அவர் ஒரு சிறிய குடிசைவீட்டில் தங்கி இருந்தார். அவரது குடிசைக்குப் பக்கத்தில் ராசமாணிக்க முதலி யாருக்குச் சொந்தமான இடம் இருந்தது. அவர் பிள்ளைக் குட்டி களோடு சென்னையில் தங்கிவிட்டார். அவருக்கு வேலை சொந் தமான வீடு, பிள்ளைகள் படிப்பு என பல காரணங்களுக்காக சென்னை நகரமே வசதியாகிவிட்டது.

எப்போதாவது சொந்த ஊருக்கு வருவதுண்டு. அப்போது வேலுச் சாமியை சந்தித்து பழக்கம் ஏற்பட்டது.

வேலுச்சாமியின் சுறுசுறுப்பும் உழைப்பும் அவருக்குப் பிடித்து போய்விடவே வீணாகக்கிடக்கும் தன் சொந்த இடத்தை அவரி டம் ஒப்படைத்தார். வேலுச்சாமி அந்த இடத்தில் ஒரு கொட்டகை அமைத்து நான்கு பசுக்களை வளர்த்தார். பசுகளிலிருந்து கிடைக்கும் பாலை நகரத்து குடித்தன வாசிகளுக்கு விற்று வந் தார் நாளடைவில் அந்த இடத்தில் ஒரு சிறிய பூந்தோட்டம் அமைத்தார். அதுமட்டுமில்லாமல் வாழை, கொய்யா, தென்னை

மரங்களென வளர்க்க ஆரம்பித்துவிட்டார். முதலியாரும் அதற்கு மறுப்புச்சொல்லவில்லை. மேலும் அவரை ஊக்குவிக்கும் வகையில் நீரை இரைப்பதற்கு ஏற்ப மின்மோட்டார் வசதியும் செய்து தந்தார். செடிகளும் மரங்களும் பூக்களும் காய்களுமாய் அந்த இடத்தையே நகரமெனும் பாலைவனத்திடை சோலையாக மாற்றி விட்டார். அந்த வழியாக சென்றவர்கள் அந்ததெருவின் பசுமையினையும் குளுமையினையும் அறிந்து தொடர்ந்து நடைப் பயிற்சி செல்ல ஏற்ற இடமாக மாற்றிக்கொண்டனர்.

பால், பூ, காய், கனி என விளைந்த பொருட்களை பார்ம்பிரஷ் என வாங்கிச் செல்லவும் மக்கள் வரத்தொடங்கிவிட்டனர்.

பூந்தோட்டத் தெருவைச் சுற்றிலும் வயல்வெளிகளும் இருந்தன.

குழந்தைகள் எல்லாம் மாடிவீடுகளின் நான்கு சுவர்களுக்குள் புழுங்கிப் புழுங்கி இருந்த வெறுப்பிலிருந்து மீள பூந்தோட்டத் தெருவிற்கு வந்து விளையாடிச் செல்வதுண்டு.

பசுக்களை பார்த்து “ஹய் கெள... கெள...” என சொல்லி குஷியாகிவிடுவார்கள். ஜிம்மி டைகர்களை கொஞ்சியவர்கள் கன்றுக்குட்டிகளைக் கண்டதும் அவற்றை கொஞ்சத் தொடங்கி விட்டனர். கொஞ்ச கொஞ்ச அதுவும் முகத்தை நக்கிப்பார்க்கும். அதன் பால்மண வாசம் அவர்களுக்குப் பிடித்துப்போகும்.

ஒரு காலத்தில் ஆற்றங்கரையும் அதை ஒட்டி இருந்த கோவில் களும் பூர்வீகமாக கிராமமாக இருந்தபோது குடியிருந்த மக்களும் தான் இருந்திருக்க வேண்டும். ஏதோ சில கடைகளும் சில அரசு அலுவலகங்களும் வந்தபின்னர் கிராமங்களாக இருந்த ஊர் நகரமாக மாற்றம் பெற்றிருக்கவேண்டும். முக்கியச் சாலையை ஒட்டி கடைகளும் அலுவலகங்களும் பெருகி நகர தோற்றத்தை வேஷங்கட்டி விட்டுவிட்டது.

நகரம் பெருக பெருக பல்வேறு வேலைவாய்ப்புகளுக்காக வெவ் வேறு பகுதிகளிலிருந்து மக்கள் வந்து குடியேறத் தொடங்கி விட்டனர். விவசாய நிலங்கள் எல்லாம் கொஞ்சம் கொஞ்சமாக குடியிருப்புப் பகுதிகளாக மாறிவிட்டன.

மழைக்காலங்களில் மழைநீர் வடிகால் பகுதிகளைக் கூட குடியிருப்பு பகுதிகளாக மாற்றி தரகர்கள் இலாபம் கொழித்தனர்.

விவசாயம் செய்துகொண்டிருந்தவர்களிடம் “அட என்னப்பா விவசாயத்துல வெளஞ்சிட போவுது? நிலத்தை நல்ல விலைக்குக் கேட்குறாங்க. நினைச்சி பாத்தாலும் அந்த ரேட்ட பாக்கமுடியாது” என விவசாய நஷ்டத்தாலும் கடன் பிரச்சனைகளாலும் நொடிந்து போயிருந்தவர்களிடம் பேசிப்பேசி நிலங்களையெல்லாம் வாங்கி வீட்டு மனைகளாக உருமாற்றம் செய்துவிட்டனர்.

ஸ்கூல், கோவில், ஆஸ்பெட்டல், வங்கி, சினிமா தியேட்டர் என பல வசதிகளின் அருகாமையைச் சொல்லிச் சொல்லி மளமளவென விற்றுத்தீர்த்து இலாபம் கொழுத்தனர்.

சில ஆண்டுகளுக்கு முன்பு வரை பச்சைபசேலென வயல் வெளிகளாக இருந்த நிலங்களை எல்லாம் முரம்புமண் கொட்டி கற்களையும் கொடிகளையும் நட்டு பூச்செடிகளை நட்டு மனை களுக்குரிய ஜோடனைகளை உருவாக்கிவிட்டனர். போதாக் குறைக்கு நடிகைகளை அழைத்து திறப்பு விழாவும் விளம்பரமும் எடுத்து உள்ளூர் தொலைக்காட்சிகளிலும் நொடிக்கொரு முறை விளம்பரம் செய்து மக்களின் ஆசைகளைத் தூண்டினர்.

‘எனக்கெதுக்கு டவுன்ல இடம்?’ என்று வேண்டா வெறுப்பாய் இருந்தவர்களையும் ‘அடச்சும்மா வாங்கிப்போட்டு வையப்பா. அஞ்சி வருசத்திலே ரெண்டு மடங்கா விலை கூடிடும். வேணாம்ணா அப்ப நல்ல வெலைக்கு வித்திடு. ரெண்டு பொம்பள புள்ளைங்கள வைச்சிருக்கிற, அவங்க கரையேத்த வேணாம்மா?’ என்று எதைஎதையோச் சொல்லி விற்றுத் தீர்த்தனர்.

வெள்ளை வெளேர் என உடைகள், கூலிங்கிளாஸ், கார், பங்களா, உடல்முழுக்க நகைகள் அரசியல் செல்வாக்கு என அவர்களும் வயிறுகளைப்போல் பெருகி வாழ்ந்தனர்.

விளைநிலங்களெல்லாம் மங்கிப்போனாலும் மனைப்பிரிவுகளும் நிலத்தரகர்களும் மட்டும் செழித்து வளர்ந்தனர். வேலி முள் ளாகவும் மேய்ச்சல் நிலங்களாகவும் வடிகால் பகுதிகளாகவும் இருந்த இடங்கள்கூட மாடிமனைகளாக மாறி நகரம் மக்கள் கூட்டத்தையும் கட்டடங்களையும் சுமந்து திணறும்படி மாற்றி விட்டனர்.

நகரம் பெருக பெருக புறநகர்ப்பகுதிகளும் அதிக விலைக்கு விற்றுத் தீர்ந்தன.

பூந்தோட்டத் தெருவிலும் மெல்ல மெல்ல குடியிருப்புகள் உருவாகின. ரவுண்டாக நகரத்தை ஒட்டி இருக்கிற நிலத்தை விட்டுவிடுவார்களா வியாபாரிகள்? முதலியாரின் இடத்தையும் வியாபாரிகள் மெல்ல மோப்பம் பிடித்துவிட்டனர்.

முதலியாருக்கு தன் பூர்வீகச் சொத்தை விற்க மனம் இல்லை யென்றாலும் மகன்கள் 'நல்ல விலை கிடைப்பதால் விற்று விடலாம். நாமும் அங்குபோய் இருக்கப்போவதில்லை. அதனால் பெரிய வருமானமும் இல்லை' என்று மனமாற்றம் செய்து விற்க முடிவு செய்துவிட்டனர்.

வேலுச்சாமிக்கு விற்றுவிட்ட தகவல் சொல்லப்பட்டது. அவன் நொடிந்துப் போனான். அவன் கண்ணெதிரே அவன் வளர்த்த மரங்களும் செடிகளும் தோட்டமும் அழித்தொழிக்கப்பட்டது. கொட்டகை இடமும் பறிபோனதால் பசுக்களையும் விற்று விட்டான். மிகவிரைவாக அந்த இடமே அடையாளம் தெரியாத அளவுக்கு வளர்ச்சிபெற்றுவிட்டது. அவன் குடிசை மட்டும் அப்படியே நின்றது.

பக்கத்து மாடிக் குழந்தை அவன் வைத்திருந்த ஒரு பசுமாட்டைக் கண்டு 'கெள.. கெள..'என்று குதூகலித்தது.

பூந்தோட்டத் தெரு என்ற பெயர்ப்பலகை மட்டும் பூர்வீகத்தை ஊமையின் சிந்தனையாய் சுமந்து நின்றது.

அறம் பதிப்பகம்
வெளியிட்டுள்ள புத்தகங்கள் - 2022

சுற்றுச்சூழல்

1. சுற்றுச்சூழலும் புத்த சமயமும்
மா.அமரேசன் 160
2. நடுங்கும் நிலம் நடுங்கா மனம்
மா.அமரேசன் 130
3. கண்ணுக்குப் புலப்படாத தண்ணீரும் புலப்படும் உண்மைகளும்
மா.அமரேசன் 50
4. சுற்றுச்சூழலும் சாதியப் புனிதமும்
மா.அமரேசன் 100

கட்டுரைகள்

1. தலித் தன் வரலாற்றுப் புதினங்கள்
முதுமுனைவர். மு. ஐயப்பன் 360
2. சுவாமி சகஜானந்தா
பேரா.அ. அன்பானந்தன் 110
3. சேரி ரெண்டுபட்டால்
மா. அமரேசன் 100
4. நிலமெனும் ஆயுதம்
ஐ.ஜா.ம. இன்பகுமார் 250
5. எழுத்தில்லா புத்தகம்
கெங்கைகுமார் 200
6. சொற்களால் நெய்யப்பட்ட சவுக்கு
யாழன் ஆதி 150
7. அதோ அந்தபள்ளிக்கூடந்தான்
மா. சுரேஷ் 100
8. ராவ்சாகேப் ஆபிரகாம் பண்டிதரின் வாழ்க்கை வரலாறு-ஓர் எளிய அறிமுகம்
தமிழி முதுமுனைவர் மு.ஐயப்பன் 40
9. வனப்பாதையில்
(வனம் இதழ் உரையாடல்கள்) 100

புத்தநெறி

1. தெய்வகடிஞை
பேரா. ஜெயபிரகாஷ் 200

2. கேரளாவில் பௌத்தம்
பேரா. ஜெயபிரகாஷ் 300

3. மீட்சிபெறும் ஆதிபுத்த அரசன் வீர சாத்தன் வரலாறு
(சாத்தப்பாடி வரலாறு)
சா.சீ.ஜோதிமணி 230

4. இளையராஜாவின் இசைப் பாடல்களில்
புத்தச் சமயக் கோட்பாடுகள்
மா.அமரேசன் 200

5. பௌத்தத் தமிழியல் பொதுவியல் 180
முனைவர் சு. மாதவன்

6. பௌத்தத் தமிழியல் செவ்வியல் 180
முனைவர் சு. மாதவன்

7. ஒப்பீட்டு நோக்கில் பௌத்தமும் தமிழும் (முதற் பகுதி)
முனைவர் க. ஜெயபாலன் 420

அயோத்திதாசர்

1. அயோத்திதாசப் பண்டிதரின்
தமிழன் கடிதங்கள் தொகுப்பு - 1
பேரா. விஜயகுமார் 800

2. ஆதிதிராவிடர் கட்டமைத்த அறிவுத்தளம்
பேரா.செ.கலியபெருமாள் 260

3. பெரியாருக்கு முன் அயோத்திதாசப் பண்டிதர்
எழுத்துச் சீர்திருத்தம் ஓர் ஆய்வு
அ. அன்பானந்தன் 50

4. திருக்குறள் மீட்டெடுப்பில் பண்டிதமணி
அயோத்திதாசர் பணிகள்
அ. அன்பானந்தன் 130

5. ஆத்திசூடி மீள் வாசிப்பு
மா.அமரேசன் 240

6. கொன்றைவேந்தன் மீள் வாசிப்பு
புத்தநெறிப் பொருளாதாரம்
மா. அமரேசன் 170

திரைத்துறை

1. மகாமுனி - திரைக்கதை
சாந்தகுமார் 390

2. சிவாஜி கணேசனின்
மார்லன் பிராண்டோ உடனான ஓர் சமர்
ம. தொல்காப்பியன் 100

www.ingramcontent.com/pod-product-compliance
Lightning Source LLC
LaVergne TN
LVHW040821051026
849519LV00007BA/2697
9789391480387